కథాగోపాలం

(కథా సంపుటి)

ఏడిద ప్రసన్నలక్ష్మి

(శానాపతి(ఏడిద) ప్రసన్నలక్ష్మి)

Katha Gopalam (Kathala Samputi)
By
Senapathi (Edida) Prasanna Lakshmi

First Edition:Oct/2023
Second Edition: Nov/ 2023

ISBN (Paperback): 978-81-964872-4-9
ISBN (E-Book): 978-81-964872-9-4

Author
S. Prasanna Lakshmi
MIG 49, Sector 1
MVP Colony, Visakhapatnam-530017.
Mail- plsenapathi@gmail.com
Cell – 9492339499

Published By
Kasturi Vijayam,
3-50, Main Road,
Dokiparru Village -521322
Krishna Dist., Andhra Pradesh, India.

Book Available
@
Phone:+91 9515054998
E-Mail: Kasturivijayam@gmail.com
Amazon, flipkart

అంకితం

నాతో కలం పట్టించి... సాహిత్యరంగంలోకి
అడుగు పెట్టించి... ఆది నుంచీ ఇప్పటి వరకూ కూడా ఎన్నో
థీమ్స్ చెప్పి నాతో కథలు వ్రాయిస్తూ... నా అభిరుచిని తన
అభిరుచిగా పంచుకుంటూ... ప్రోత్సాహపరుస్తున్న అన్నయ్య
'ఏడిద గోపాలకృష్ణ మూర్తి' కి ఈ 'కథా గోపాలం' అంకితం.

సమాజ రూపాంతరానికి అద్దం పట్టిన రచనలే ...

'ఏడిద ప్రసన్నలక్ష్మి' గారి కథలు.??

శ్రీ చరణ్ మిత్ర

రచయిత

9573566990

విశాఖపట్నం

80 వ దశకంలో రచనలు ప్రారంభించిన 'శానాపతి ప్రసన్నలక్ష్మి' గారు విభిన్నమైన రచనలతో తన ప్రస్థానం ఇప్పటికీ కూడా కొనసాగిస్తున్న రచయిత్రి.

ఎలాంటి రచనలు పాఠకులకు అవసరమో గమనించుకు వెళ్లడం... ఆ విధంగా కొనసాగడం చాలా అరుదుగా రచనలు చేసేవారిలో కనబడుతుంది. ఆ అరుదుగా కనబడే విషయాన్ని రచయిత్రిగా అబద్ధం చేసి... పిన్న వయసు నుండి.., పితా మహిగా మారినా ఆమెలో కథలు రాయాలనే ఉత్సాహం తగ్గలేదు. దానికి ఉదాహరణగా కొన్ని కథలు తన పుట్టింటి పేరున 'ఏడిద ప్రసన్నలక్ష్మి'గా ఉంటే... మరికొన్ని కథలు మెట్టినిల్లు ఇంటి పేరు 'శానాపతి ప్రసన్నలక్ష్మి' పేరున దర్శనమిస్తాయి. ఒక్కొక్క సారి రెండు ఇంటి పేర్లూ కలిసిపోయి 'శానాపతి (ఏడిద) ప్రసన్నలక్ష్మి' గా కూడా దర్శనమిస్తాయి.

విపరీతమైన వేగంగా మార్పు చెందుతున్న సమాజంలో... రాసేవారు ఎప్పటికప్పుడు అప్డేటెడ్ గా ఉండాల్సిందే. అలా ఉన్నవారే ప్రసన్నలక్ష్మి గారు అనిపించింది ఆమె రచనలు చదువుతుంటే. ఇంచుమించు 400 వరకూ రకరకాల రచనలు చేసిన ఈమె 32 చిన్ని కథలున్న ఈ సంపుటిలో కథ రాయాలన్న ఉత్సాహమే కాదు... ఆమెలో ఉన్న అంకిత భావం కూడా కనిపిస్తుంది.

స్వర్గీయ కాళీపట్నం రామారావు మాస్టారు... నేటి కథ శీర్షిక ద్వారా పరిచయమైన ప్రసన్నలక్ష్మి గారు, చిన్న కథ లేదా లఘు కథ విధానంలోనే కథలు రాసి సంకలనం తేవాలనుకోవడం ముదావహం.

ఇంచుమించు అన్నీ కథల్లోనూ... తాను కథ రాసినప్పటి కాలానికి సంబంధించిన సమయంలో తానూ, తన తోటివారు ఎదుర్కొన్న సమస్యలన్నిటి మీదా కథ కట్టడం చేశారు రచయిత్రి.

వధువు కావలెను అనే ప్రకటనలో... అమ్మాయిల జీవితాల్లో ఆశలను రేకెత్తించి ఎలా అగాధం లోకి తోసేస్తాయో చెప్పి, జాగ్రత్త పడమని చెప్పటం ఈ చిన్ని కథలో చూస్తాం.

అల్లరి మూకలు ఆడపిల్లలను వేధించడం... . ఎప్పుడూ అవిచ్ఛిన్నంగా కొనసాగుతున్న ఈ విధానం, ఈ ఆధునిక కాలంలో కూడా ఇంకా కొనసాగడం వెనుక అమ్ముడు పోతున్న పబ్లిక్... ప్రైవేట్ వ్యవస్థలు ఎలా కారణం అవుతున్నాయో చెప్పిన వైనం 'మళ్ళీమొదటికే' లో కన బడుతుంది.

ఫాల్స్ ప్రెస్టేజీ అంటాం కదా... ప్రతీ వారికి అదో దశ. అలాంటి దశలను పట్టు వీడకుండా ఆ దశలో తీసుకున్న నిర్ణయాల వల్ల ఎవరికీ ఎలాంటి శాంతి లభించక బ్రతుకులు ఎంత దుర్భరం అవుతాయో చెప్పిన కథ... కాస్త పెద్దల వైపు పిల్లలూ... , పిల్లల ఆశలను పెద్దలూ గౌరవించాలి అని చెప్పే కథే (అభి)మానిని.

ఏ కాలంలోనైనా తల్లిదండ్రులు ఆడపిల్లను ఓ అయ్య చేతిలో పెట్టి బరువు తీర్చుకోవాలనే ఘర్షణ... ఒక వైపు ఉంటే, స్త్రీ కూడా ఒక వ్యక్తిగా తనను తాను నిరూపించుకోవాలని చూసే సంఘర్షణ ఒకవైపు ఉంటుంది. ఆమె నిర్ణయాన్ని హర్షించలేని, తిరస్కరించలేని ఆ పెద్దలకు ఆమె చెప్పిన పాఠం... మనం తెలుసుకోవాల్సిన అంశం.

తల్లిదండ్రులు ఇద్దరూ ఉద్యోగస్థులైతే పిల్లల భవిష్యత్తు బాగుంటుందనే ఆ ఆలూమగల్లో... భర్తకు ఎదురైన సంఘటనతో వారి నిర్ణయం ఎటు వైపు మళ్లిందో... చదివి తెలుసుకోవాలి.

కాల గమనంలో ఏదైనా ఒక ప్రభావానికి జనాలు లోనై... ఆ వెల్లువలో కొట్టుకుపోతూ... ఆచరణీయాలు వదిలేస్తూ... ఉండటం మనం చూస్తూ ఉన్నా... .(కథా) ప్రయోజనం కోసం మనమేం చేశాం అన్నది కూడా ముఖ్యమే. అది చెప్పడమే కుక్కకు ఆకలి తీర్చడం.. క్రికెట్ పిచ్చిలో చక్కగా చెప్పారు.

మధ్య తరగతి కుటుంబీకులు చిన్న, చిన్న అవసరాలకు ఎన్ని ఇబ్బందులు ఎదుర్కోవాల్సి వస్తుందో మెరుపు దెబ్బతో చక్కగా చెప్పిన కథ.. అయితే కా.రా. మాస్టారు చెప్పిన విషయానికి అనుగుణంగా... ..ఇంకెవరో పరిచయం లేని వ్యక్తి ఆదుకోవడం ఆశావాహం... . ఇదీ రచయితలు గమనించాల్సిన అంశమే. ఎన్నో ఆశలతో కొడుకుల్ని ప్రయోజకుణ్ణి చేయాలనుకునే తల్లిదండ్రుల గురించి, ఈనాటి యువకులు ఎంత ఇబ్బందులు పడిపోతున్నారో... వ్యంగ్యంగా రాసిన యువకుల ఇబ్బందులు కథలో తెలుసుకోవాల్సిందే.

'జీవధార' అంటూ కా.రా. మాస్టారు నీటి గురించి రాసిన కథలో ఈ దేశంలో సామాన్యుల నీటి వెతలు ఎప్పటికీ తప్పవు అంటారు. ఆయన అన్నట్టే ఇప్పుడు కూడా..ప్రభుత్వ పరిశీలన సరిగా లేక సామాన్యుల నీటి వెతలు ఎలా కొనసాగుతున్నాయో చిన్న వయసులోనే ప్రసన్నలక్ష్మి గారు నీళ్ల గోల గురించి చెప్పుకొచ్చారు.

ఆతిథ్యం అనేది పైకి అందంగా, ఆనందంగా కనిపించే వ్యవహారమే అయినా ఒక్కోసారి లోపలికి తరచి చూస్తే ఎంత నిస్సహాయతను దిగమింగాల్సి వస్తుందో... ప్రభాకర్ పాత్ర ద్వారా చూపించారు రచయిత్రి.

వ్యవస్థలో విచ్చలివిడి తనానికి సామాన్యుడు ఎలా బలిపశువు అవుతాడో చెప్పిన మరో కథ కూడా బావుంది.

వ్యక్తి, తనకు కావాల్సినది.. అవసరమైనది, తనకు తప్పనిసరైన వాటిని గుర్తెరగకుండా జీవితాన్ని.. జీవితాంతం ఛిద్రం చేసుకోవడం దిద్దుకోలేని 'నేరం' అనే ఈ కథను చదవాల్సిందే.

తొందరపాటు నిర్ణయాలు ఎలాంటి పరిణామాలకు దారితీస్తాయో... ఎలా దారితీశాయో... ఆనాటి (30 సంవత్సరాల వెనుక) కాలానుగుణంగా చెప్పిన కథ నిరుద్యోగి. అలాంటి సంఘటనలు అప్పట్లో సర్వసాధారణం.. మూడు దశాబ్దాల క్రితం కోరలు చాచిన నిరుద్యోగ జీవితాన్ని హృద్యంగా ఆ చిన్న కథలో చెప్పడం విశేషమే.

ఎందుకోసమైనా, అసత్యంతో కొనసాగే బ్రతుకు... ఎప్పటికైనా అమానుషమైన చేదునే మిగులుస్తుందని చూపిన కథ పాపం గుడ్డిది.

ప్రచారాలు... వాటి ప్రభావాలతో సామాన్యుడు ఎలా మోస పోతున్నాడో... వ్యంగ్యంగా రాయవలసిన కథనే సీరియస్ గా చెప్పిన కథ.. అభిమానులు. తల్లి హృదయాన్ని ఎప్పటిలా ఆవిష్కరించిన కథ.. చెప్పడం ఎందుకు? చదవాల్సిందే.

వ్యవస్థను ప్రభావితం చేస్తారనుకునే రాజకీయ నాయకులు... , ఎప్పుడు ఎలా ఉంటారో... మేధావులు కూడా అర్థం చేసుకోలేరంటూ చెప్పిన కథ. కథ అర్థమైనాక పెదాలపై చిరునవ్వు వచ్చి, నేటి రాజకీయ నాయకులు గుర్తుకు వస్తారు... రాజకీయం కథలో.

ఇలాంటి నేటి కథలతో పాటు... .. ప్రముఖ స్వాతి వార పత్రికలో బాపు బొమ్మకు కథలుగా వచ్చిన చిన్న చిన్న కథలతో కూడా ఈ సంపుటిని విడుదల చేస్తున్న ప్రసన్నలక్ష్మి గారు బహుదా ప్రశంసనీయురాలు.

కాలానుగుణంగా రకరకాల మార్పులతో కథలు రాసిన తనకు వయసురీత్యా... రచనానుభవం దృష్ట్యా ఎదిగిన ఈ రచయిత్రి... . పత్రికలు కరువైన ఈ రోజుల్లో రకరకాల అంతర్జాల పత్రికల్లో కూడా తన ప్రస్థానాన్ని విజయవంతంగా కొనసాగిస్తూ... వృత్తిదేవోభవ, వైరాగ్యం, అసహాయత లాంటి కథల్లో రాసిన విషయాల్లో కూడా కుటుంబకోణం, సామాజిక కోణం చూపడంలో వెనుతిరగలేదు అనిపిస్తుంది.

మధ్యలో పత్రికల్లో కొనసాగడానికి కొన్ని కాలక్షేప కథలు రాసినా... ఇప్పుడు కూడా... పిల్లల్ని గుడ్డిగా నమ్మి నిస్సహాయులుగా మిగిలి పోవద్దంటూ వాస్తవ నిజాన్ని... ... .

బిడ్డలకి జన్మనిస్తే వచ్చే సంతోషం... ఆ బిడ్డల వల్లే కోల్పోతామెందుకో? అని బాధ పడతారు.

కుటుంబ గణితాన్ని చక్కగా ఎనలైజ్ చేసిన ప్రసన్న లక్ష్మి గారు.. అమ్మా నాన్నలైనందుకు శేష జీవితం జీరోగా మిగులుతుందని హెచ్చరిస్తారు.

అయితే ఇవన్నీ చిన్న కథలు. ఇప్పుడున్న పాఠకులకు, పత్రికలకూ చిన్న కథలే ముఖ్యం. చిన్న కథలు రాయటం ఎలాగో.., తక్కువ వ్యవధిలో జీవిత సత్యాల్ని బోధించడం ఎలానో చక్కగా తెలిసిన రచయిత్రి అనిపిస్తారు.

ఈ కథలు చదివితే... ప్రతీ కథ చివరిలో పెదాలపై చిన్న నవ్వు విరిసినా... . వాటి వెనుక ఉన్న జీవన సత్యం.. తెలుసుకోవాల్సిన విషయాన్ని కనిపింపచేయడం ఈ కథల ప్రత్యేకత.

ప్రసన్నలక్ష్మి గారు తన రచనా విధానాన్ని ఇలాగే కొనసాగించాలని కోరు కుంటున్నాను... !

శ్రీ చరణ్ మిత్ర

నేనూ – నా సాహిత్యం

నా పేరు శానాపతి ప్రసన్నలక్ష్మి. 1986 నుంచి 'ఏడిద ప్రసన్నలక్ష్మి' పేరుతో రచనలు చేయడం ప్రారంభించాను. 1988 లో వివాహం జరగడంతో... అత్తింటి పేరును కలుపుకుని... శానాపతి(ఏడిద)ప్రసన్నలక్ష్మి పేరుతో చాలా రచనలు చేసాను. నేను వ్రాసే ప్రతి కథ వెనుకా అన్నయ్య ఏడిద గోపాలకృష్ణ మూర్తి ప్రోత్సాహం ఉంది.

నా మొదటి రచన 1986 జూలై 6 న ఆంధ్రభూమి వారపత్రికలో 'కన్నెపిల్ల ఆత్మహత్యపై కథలల్లకండి' అనే వ్యాసంతో ప్రారంభమయ్యింది. ఆ తర్వాత నుంచి ఆంధ్రభూమి దినపత్రికలో నేటికథ శీర్షికన స్వర్గీయ శ్రీ కాళీపట్నం రామారావు గారి ప్రోత్సాహంతో కొన్ని కథలు, ఆ తర్వాత వివిధ పత్రికల్లో చాలా చోటు చేసుకున్నాయి. 'ఇటీవల పద్యాలు, గజల్స్ కూడా చాలా వరకూ రాసాను'.

మా చిన్నాన్నలు కూడా సాహిత్యరంగంలో పేరు తెచ్చుకున్న వాళ్లే. ప్రముఖ సినీ నిర్మాతయైన స్వర్గీయ ఏడిద నాగేశ్వరరావు గారు (పూర్ణోదయా మూవీ క్రియేషన్స్) నాటకాలు వేస్తూ సినీ రంగంలోకి వచ్చారు. మరో చిన్నాన్న స్వర్గీయ ఏడిద గోపాలరావు గారు (ఢిల్లీలో ఆల్ ఇండియా రేడియో న్యూస్ రీడర్గా పనిచేశారు) నాటకాలతో పాటూ, రచనా రంగంలో కూడా మంచి పేరుంది. వీరి ప్రభావం కొంతవరకు నాకూ ఉండటం వల్లే సాహిత్యంలో అభిరుచి ఏర్పడిందనిపిస్తూఉంటుంది.

ఈ కథాగోపాలం సంపుటికి ముందుమాట వ్రాయమని అడగంగానే... కాదనకుండా వ్రాసిచ్చిన శ్రీచరణ్ మిత్ర గారికి హృదయపూర్వక ధన్యవాదాలు. ఈ కథలని అందరూ చదివి ఆదరిస్తారని కోరుకుంటున్నాను.

– శానాపతి ప్రసన్నలక్ష్మి

(శానాపతి(ఏడిద) ప్రసన్నలక్ష్మి)

విశాఖపట్నం

సెల్ : 9492339499

కథా విరుల వరుస

మా పూజ్యులు అవతార్ మెహెర్ బాబా గారికి ఎడమ వైపు
ఏడిద సత్తిరాజు గారు(మా తాత గారు)

వధువు కావలెను

ఎం.బీ.ఏ ప్రయివేటుగా చదువుతూ... బొంబాయి నగరంలో బిజినెస్ చేస్తూ కనీసం నెలకు ఐదువేలు ఆదాయం పొందుతూ కట్న కానుకలు, కుల ప్రసక్తి లేని ఆదర్శ భావాలున్న వరునికి అందమైన వధువు కావలెను. ఫోటో వివరాలతో... పోస్ట్ బాక్స్ నెంబర్ 603, జనప్రియ దినపత్రిక పంపండి.

జనప్రియ పత్రిక తిరిగేస్తున్న ఓ అందాల ఆరతిని వివాహబంధం శీర్షికలో ఆ ప్రకటన ఆకట్టుకుంది. తన పేదతనానికి ఇంతకంటే అవకాశం రాదని నిర్ణయించుకుని... కాగితం కలానికై వెదికాయి ఆమె కళ్ళు.

★★★

ఆరతి గారికి... !

జనప్రియ ద్వారా... మీ బయోడేటా, ఫోటో అందాయి. ఫొటోలో మీరు నచ్చారు. త్వరలో ఈ విషయమై హైదరాబాద్ వచ్చి కలుస్తాను.

మీరు కోరుకునే,

అభినయ్

ఉత్తరం చదివిన ఆరతి సంతోషంతో తబ్బిబ్బయ్యింది. ఉత్తరం కేసి తేరిపారా చూసింది. ఆ చూపులో వసంతాలు వెల్లి విరిసాయి. తన కష్టాలు కడ తేరతాయనే సంభ్రమంతో ఆరతి మనసు అనేక విధాలా పరుగులు తీసింది. బొంబాయి నగరంలో తన సంసార జీవితం గురించి ఊహిస్తూ... ఆకాశవీధుల్లో విహరించింది.

★★★

టాక్సీ రివ్వున దూసుకుపోతుంది. రోడ్డుకిరువైపులా పెద్ద కట్టడాలతో బిల్డింగులు. ఆరతి వింతగానూ, ఆశ్చర్యంగానూ బొంబాయి నగర సౌందర్యాన్ని ముగ్ధురాలై

వినోదిస్తుంది. మనసులో కోటిరాగాలు ఎదమీటగా... భర్తవైపు చూసింది. ఆమె అమాయకపు చూపులో ప్రేమ, ఆప్యాయత, అనురాగం, ఆదరణ ఇలాంటి భావాలే తొంగిచూసాయి.

టాక్సీ ఓ భవంతి ముందు కీచుమంటూ ఆగిన శబ్దానికి ఈ లోకంలోకి వచ్చింది. ఆ భవనాన్ని చూడగానే ఆరతి కళ్ళు అచ్చెరువొందాయి. సిగ్గు దొంతర్ల మధ్య నూతన వధువై ఆ ఇంటి గుమ్మాన్ని కుడికాలు మోపి గృహప్రవేశం చేసింది.

★★★

ఆరతి మంచంపై బోర్లా పడుకుని వెక్కివెక్కి ఏడుస్తుంది.

కలలు కననేర్చిన ఆ కళ్లకు లోకంలో వుండగలిగిన కిరాతకత్వమంతా ఒక్కసారిగా కనిపించింది. ఆ షాక్ కి ఆమె గుండెలు బద్ధలవుతున్నాయి.

అభినయ్ ఎంత అందమైన పేరు. ఎంత అర్థవంతమైందా పేరు... ? పదికాలాల పాటూ అతనితో అన్యోన్యంగా గడుపుదామనుకున్న ఓ ఆడపిల్లను పదివేల రూపాయలకు రెడ్ లైట్స్ ఏరియాలో అమ్మగలిగిందా పేరు.

ఆరతి ఏడుస్తూనే ఉంది. వెక్కి వెక్కి ఏడుస్తూనే ఉంది... !!

-- (1986 జులై 6, ఆదివారం ఆంధ్రభూమి దినపత్రిక)

మళ్లీ మొదటికే

"దివ్యా..!"

ఆ గొంతు దివ్యకి పరిచితమే. వెనుతిరగలేదు. తడబడకుండా అడుగులు ముందుకు వేస్తుంది.

"దివ్యా! ఐ లవ్ యూ!" ఆపై అల్లరిమూక నవ్వులు.

దివ్య అడుగులు తడబడ్డాయి. ధైర్యం సన్నగిల్లింది. కూడబలుక్కుని అడుగులు వేస్తోంది. ప్రతిరోజూ ఆ కాలేజీ ఆవరణలో జరిగే తతంగమే అది. ఆమె ప్రతి చర్యనూ గమనిస్తూ ఆమెనెందుకు ఏడిపిస్తున్నారు? అందం ఆమె శాపమా?

★★★

ఫోటో స్టూడియో నుంచి బయటపడ్డ దివ్య ఇంటివైపు వడివడిగా అడుగులు వేస్తోంది. మనసంతా కలతగా ఉంది. రోజు ఆమెను అల్లరి పెడుతున్న ఆ మూక ఆమెను విడవడం లేదు. ముఖ్యంగా ఆ మదన్.... .

ఛీ ఛీ ... ఎప్పుడు చూసినా ఏవో వెతుకుతున్నట్టే ఉంటాయి వాడి చూపులు. కసి, కోపం మిళితమైన ఆమె ముఖం రోషంతో ఎర్రబారింది.

"దివ్యా... !"

మళ్లీ అదే పిలుపు, అదే గొంతు, అవే నవ్వులు.

"ఏ రోడ్డున తగలడ్డా వీళ్లే.. . ఇడియట్స్" వారిని అసహ్యించుకుంటూ పళ్ళు పటపటా కొరికింది.

ఒంటరిగా నడుస్తున్న ఆమె భుజంపై పడింది ఓ హస్తం. కామంతో చూస్తున్న మదన్.

దివ్య ముఖం వెలవెలపోయింది. ఉడుకు రక్తం సలసల మరిగి... కళ్ళు చింత నిప్పులా మారాయి.

"యూ... బ్రూట్!" అంటూనే చెంప చెళ్లుమనిపించింది.

మదన్ అహం దెబ్బతింది. పగబట్టిన త్రాచులా బుస్సున లేచాడు. అప్పటికే కనుమరుగయింది తన శత్రువు. ఆ మదన్ హస్తంలో రక్తం గడ్డకట్టి పోయేటంతటి బలం ఉందనుకోలేదు. కళ్ళల్లో క్రోధంతో పాటూ, శరీరంలోని ప్రతి అణువు పగతో మండిపోతుంది. పళ్ళు పటపటలాడించాడు. ఏదో నిర్ణయం తీసుకుని వెనుతిరిగాడు.

★★★

"ప్లీజ్ ... " మదన్ కళ్ళు అర్థిస్తున్నాయి.

"సారీ సర్..! మీరెంత బ్రతిమాలినా ఆ ఫోటో ఇవ్వడం జరగదు. అందులోనూ ఓ లేడీ ఫోటో".

నిరాశ తో వెనుతిరిగిన మదన్ కి ఫ్లాష్ లా ఓ మెరుపు మెరిసింది. పర్స్

తీసి వంద నోటు అందించాడు.

ఎథిక్స్ గాలికి ఎగిరిపోయాయి.

నోటు ఒకరి చేతిలోకి, ఫోటో ఒకరి చేతిలోకి మారిపోయాయి. వెనుతిరగబోయిన మదన్ మరో వంద కూడా తీసి అతని చెవిలో ఏదో రహస్యంగా చెప్పాడు.

అతను ఆ నోట్ అందుకున్నాడు. పైకి ముఖం ముడుచుకున్నా లోలోపల

సంతోషం నింపుకొని ముఖంలోని చిరునవ్వుని కనబడనీయలేదు.

★★★

సర్...

నా చావుకు కారణం.. ఈ ఉత్తరానికి జతచేసిన ఫోటోలో అనే మదన్ అనే కాముకుడు. నన్ను తన రూమ్ కి రమ్మన్నాడు. అలా రాని పక్షంలో ఈ ఫోటో అందరికీ చూపించి యాగీ చేస్తానన్నాడు. శతవిధాల బ్రతిమిలాడాను. లాభం లేకపోయింది. అతని మూర్ఖత్వమే నన్నీ పని చేయించింది. నిజానికి పై ఫోటో అతనితో కలసి ఏనాడూ తీయించుకోలేదు. ఆ ఫోటో అతను ఎలా సృష్టించాడో...?

ప్లీజ్... అతన్ని అరెస్ట్ చేయండి. నాలాంటి కన్నెల జీవితాన్ని కాపాడండి.

– దివ్య

పోలీస్ స్టేషన్ కి వచ్చిన లేఖ అది...!

★★★

కటకటాల నుంచి విడుదలైన మదన్ ప్రవర్తనలో మార్పు లేదు. మళ్లీ అదే గొంతు, అవే నవ్వులు, కాకపోతే పిలుపులు వేరు. కథ మళ్లీ మొదటికే...!!

– (ఆంధ్రభూమి దినపత్రిక, 13 జూలై 1986)

(అభి) మానిని

"మే ఐ కమిన్ సర్ ... !" తీయగా మెత్తగా పలికిందా స్వరం. మోహన్ కళ్ళెత్తి చూసాడు. ఎదురుగా ఓ అందాల బొమ్మ. మోహన్ అనుమతితో హంసలా నడిచి లోనికొచ్చింది.

ఆమె పేరు స్వరూప. వీడియో గేమ్స్ పార్లర్లో అమ్మాయి కావాలన్న ప్రకటన చూసి వచ్చింది.

"ఆ ఉద్యోగానికి నేను... " ఆమె చెప్పబోతుండగా...

"తప్పకుండా ఈ ఉద్యోగం మీకే. జీతం వెయ్యి రూపాయలు" అన్నాడు. ఆమె ఆనందం నిండిన కళ్ళతో థాంక్స్ చెప్పింది.

★★★

వీడియో గేమ్స్ పార్లర్ అంతా జనంతో గుమిగూడి ఉంది. ఆటల మీద ఉత్సాహం కంటే ఆ అమ్మాయి అందమే ఆకర్షిస్తోంది అందర్నీ. రోజురోజుకీ జనం పెరుగుతున్నారు...

మోహన్ ఓ నెంబర్ కి డయల్ చేసాడు. కాల్ చేసింది ఆ పార్లర్ రావు గారికి.

"హలో నమస్తే సర్..! మీ ఐడియా సెంట్ పర్సెంట్ సక్సెస్ సర్. పెళ్లి కాని అందమైన అమ్మాయి మన పార్లర్లో ఉంటే లాభాలు పుంజుకొస్తాయన్న విషయం

నిజమయ్యింది. మీరు చెప్పినట్టుగానే కలెక్షన్స్ పుంజుకోవడం టాప్ సర్.

అమ్మాయి చక్కటి బ్యూటీ సర్ . వర్ణనలకు అందదు సర్. ఇప్పుడు మీరొస్తారా సర్..? సరే సర్... !" బాస్ తో ఎంతో వినయంగా మాట్లాడాడు.

★★★

కార్ లోంచి దిగిన రావు గారిలో ఆ అమ్మాయిని చూడాలని పట్టరాని ఆత్రుత. ఆ అమ్మాయిని మగాళ్లంతా గుంపులు గుంపులుగా కమ్మేసి ఉన్నారు. జనాన్ని నెట్టుకుంటూ పార్లర్లోకి దూరారు. ఆ అమ్మాయి ఎవరో చూడాలని ప్రయత్నించగా... ఎవరో తల మీద నుంచి చూసి బుర్ర తిరిగినట్టయ్యింది. ఆమెను చూడగానే ... బరువెక్కిన గుండెతో లోపలి గదిలోకి వెళ్లిపోయారు. ఆమె ఎవరో కాదు. రెండేళ్ల క్రితం రావుగారి ఇష్టానికి వ్యతిరేకంగా తాను ప్రేమించిన అబ్బాయితో వెళ్లిపోయిన రావుగారి కూతురే.

"మీ ఆస్తీ అంతస్తూ మాకక్కర్లేదు. మా కాళ్ళమీద మేము నిలబడగలం" అని ధాటిగా చెప్పి ధీమాగా వెళ్లిపోయిన కూతురామె. కసి కొద్దీ వారికెక్కడా ఉద్యోగం రానీయకుండా చేసాడు రావు. వాళ్ళు ఊరొదిలెల్లిపోయారు. నాటి నుంచి మళ్లీ ఇప్పుడే కూతురిని చూడగలిగాడు. పెద్దగా మార్పు లేకపోయినా... ఆ గుంపులో నవ్వుతూ తుళ్ళుతున్న కూతురులో ఏదో వెలితి కనిపిస్తుంది.

నెమ్మదిగా పార్లర్ ఖాళీ అయ్యింది. స్వరూప లేచి నిలబడింది. ఎదురుగా తండ్రి. ఆమె కళ్ళలో ఆనందం కాదు... చెప్పరాని నిర్లక్ష్యం.

తనను తప్పించుకు పోతున్న కూతురి మెడ వైపు చూసాడు. మెడలో పొట్టిగా ఉన్న చిన్న చైన్. పెళ్ళైన వారికుండాల్సిన ఆ మాంగల్యం లేదు. "స్వరూపా" అంటూ పిలిచాడు గద్గద స్వరంతో.

ఆమె ఆగలేదు.

"ఒక నిమిషం ఆగమ్మా" అర్థించాడు.

స్వరూప వెనుతిరిగింది. తండ్రి చూపులు తన మెడపైనే ఉన్నాయని గ్రహించింది. బ్యాగ్ లోంచి మంగళసూత్రాల గొలుసు వేసుకుని... మాట్లాడకుండా అక్కడ నుంచి రుసరుసా వెళ్ళిపోయింది.

★★★

"నాకు తెలియదు సర్... ఆమెకు పెళ్ళైనట్టు". క్షమించమన్నట్టు చెప్పాడు మోహన్.

"ఇట్స్ ఆల్ రైట్" అన్నాడు ... తానూ బయలుదేరుతూ.

"రేపామె జాబ్ కొస్తే తీసుకోమంటారా... ?"

"వస్తే వచ్చినప్పటిమాట. వస్తే తీసుకో". అన్నాడు రావు కారుకేసి నడుస్తూ. స్వరూప ఎవరో మోహన్ కి ఇంతవరకూ తెలీదు. రావుగారికి ఆమె మనస్తత్వం ఇంతప్పటినుంచి తెలుసు... .!!

– (ఆంధ్రభూమి దినపత్రిక, 12 సెప్టెంబర్ 1986)

పొరం

1985 వ సంవత్సరం... !

చిదిమి దీపం పెట్టుకోవచ్చు అంటారే అంత అందమైనది ఆ అమ్మాయి. పెద్ద సంబంధాలకు పోయే తాహతు వారికెలాగూ లేదు గనుక... కనీసం ఓ గవర్నమెంట్ ఆఫీసులో పనిచేసే గుమస్తాకైనా ఇచ్చి పెళ్లిచేయాలని ఆమె తల్లిదండ్రుల

ఆశ. చివరికలాంటి సంబంధం దొరికింది.

"మాకు అమ్మాయి నచ్చిందండీ. ఇక వరకట్నంగా ఏమివ్వదల్చుకున్నారో చెప్తే... " అంటూ పళ్లికిలించాడు పిల్లవాడి తండ్రి.

“అమ్మాయి పేరున యాభైవేలున్నాయి బ్యాంకులో. కాదూ కూడదంటే ఇంకో ఐదు వేలు వరకూ సర్దగలను” అన్నాడు పిల్ల తండ్రి.

“లాభం లేదు. లక్షకు ఒక పైసా కూడా తగ్గం” అంటూ లేచి తమవాళ్ళందర్నీ లేపి తీసుకెళ్లిపోయాడు పిల్లాడి తండ్రి.

1986 వ సంవత్సరం... !

ఓ ఆఫీసులో రికార్డు అసిస్టెంట్ గా పనిచేస్తున్నాడు వరుడు. అతనికైనా లక్ష రూపాయలే కావాలట. ఆ సంబంధమూ తప్పిపోయింది.

1987 వచ్చింది... !

నిరాశతో ఇంటికొచ్చిన భర్త ముఖం చూసి కాయా పండా అనైనా అడగలేకపోయింది పిల్ల తండ్రి.

భార్య ముఖంలోని ఆతృతని గమనించి... " ఈ ప్యూన్ గా చేసే ఈ ఉద్యోగస్థుడికి కూడా లక్ష రూపాయలే కావాలటే. లోగడ చూసిన గుమస్తాకి ఇంకా పెళ్లి కాలేదని తెలిసి... అటునుంచి అటే వెళ్ళాను. ఏ పాట్లో పడి ఆ లక్షా ఇచ్చుకుంటానని చెప్పాను. వాళ్ళకిప్పుడు

లక్షన్నర కావాలట. వస్తువుల ధరలు పెరిగాయనో... రూపాయి విలువ తరిగిందనో అన్నారు" అంటూ చెప్తూనే అలసటగా కుర్చీలో కూలబడ్డారు ఆ తండ్రి.

ఆ సంభాషణంతా పక్కగదిలోంచి విన్నది అమ్మాయి.

నాకు కావాలనుకున్న సంబంధం ఎలాగూ చేయలేరు. అలాంటప్పుడు నాకు ఏ సంబంధమైనా ఒక్కటే. కానీ... రెండేళ్ల క్రితం గుమస్తాకి బదులు రికార్డు అసిస్టెంట్ నే చూసినా ఈ తెగువ అప్పుడే చూపి... ఆ గుమస్తా సంబంధం ఖాయపర్చినా ఇప్పుడు ఈ ప్యూన్ చేతకూడా కాదనిపించుకునే ఖర్మ నాకు పట్టేది కాదు..అనుకుంది అమ్మాయి.

అలా అనుకున్న నాలుగో నాడు తల్లితండ్రులతో తాననుకున్న విషయం చెప్పేయాలనుకుంది.

"చూడండి నాన్నా... నన్ను జీవితాంతం పోషించేవాడు కోసం మీరు కాళ్లు నొప్పులొచ్చేలా తిరగాల్సిన పని మానేయండి. చిన్నదో, పెద్దదో ఉద్యోగం వెతుక్కుంటాను. లేదంటే అప్పడాలో ఆవ పచ్చళ్ళో పెట్టుకుని నా పొట్ట నేను పోషించుకోగలను. నాకు తగినవాడు దొరికినప్పుడే పెళ్లాడతాను. లేదంటే ఇలాగే ఉండిపోతాను" అంటూ కూతురు చెప్పిన మాటల్ని ఆమె తల్లీతండ్రీ విస్తుపోయి విన్నారే గానీ... ఆమె మాటల్ని తిరస్కరించనూ లేదు... అలాగని హర్షించనూ లేదు. ఆలోచిస్తూ ఉండిపోయారు... !!

– (ఆంధ్రభూమి దినపత్రిక, 22 మార్చి 1987)

నిర్ణయం

"ఏమేవ్ ఆఫీస్ కి టైం అయింది. ఇంకా చిన్నిని తయారుచేసినట్టు లేవు. తొందరగా కానీయ్..." అంటూ కంగారు పెడుతున్నాడు భార్యను భాస్కర్.

" ఆ... . అయిపోయిందండి. వచ్చేస్తున్నా... !" అంటూ టిఫిన్ బాక్స్ లో గుప్పెడు మెతుకులు ని హడావిడిగా నొక్కుతూ బదులిచ్చింది హేమ.

నానా హైరానా పడుతూ మొన్ననే సంవత్సరం నిండిన చిన్నీని భుజాన వేసుకుని... భర్త వెనక స్కూటర్ మీద కూర్చుంది హేమ. ఆ స్కూటర్ సరాసరి చిల్డ్రన్స్ కేర్ ముందు ఆగింది. అల్లిబిల్లి మాటలతో బుజ్జగిస్తూ... బిస్కెట్స్ చాక్లెట్ ఇస్తామని ఊరిస్తున్నా గుక్క పెట్టి ఏడుస్తున్న ఆ పసికందుని నిర్దాక్షిణ్యంగా వదిలేసి వారి వారి వృత్తుల కోసం ఆఫీస్ వైపు దూసుకుపోయారు.

ఇలా ఒక రోజు వ్యవహారం కాదు. రోజూ ఇదే పరిస్థితి.

ఒకరోజు...

"నువ్వు ఉద్యోగం మానేయ్" అన్నాడు భార్యతో భాస్కర్.

అది విని అదిరిపడింది హేమ. అయోమయంగా చూసింది భర్తను.

"అవును! మనకేం తక్కువ అయిందని..? మన ముగ్గురి పోషణకి నా ఒక్కడి సంపాదన చాలు. ఖర్చులు పోను ఇంకా నాలుగు రాళ్లు మిగుల్చుకోవచ్చును కూడా. ఏదో నువ్వు డిగ్రీ చదివావు... పిల్లా పాపా పెరిగితే అక్కరకొస్తుంది కదాని ఉద్యోగం చేస్తానంటే సరే అన్నాను. కానీ మన స్వార్థానికి చిన్ని జీవితం బలై పోతుందని నాకు ఈ రోజే తెలిసింది" అన్నాడు భాస్కర్. ఏమైంది అన్నట్లు చూసింది హేమ.

"ప్రొద్దుట మా కొలీగ్ తో ఓ అనాధ ఆశ్రమానికి వెళ్లాను. అక్కడ ఆ పిల్లల్ని చూస్తే నాకు చిన్నీ జ్ఞాపకం వచ్చింది. సరైన పోషణ లేక బిక్కుబిక్కుమంటున్న చూపులు... ఆ

చూపుల వెనక ప్రేమ ఆప్యాయత చూపించే వాళ్ళు మాకు ఎవరూ లేరనే దీనత్వం. ఎందుకో నాకు ఆ క్షణం మన చిన్నీ కళ్ళముందు కదిలింది. తల్లి తండ్రీ లేక వాళ్లు ప్రేమ ఆప్యాయతలకు దూరమైన అనాధలైతే... తల్లీ తండ్రి ఉండి కూడా... ప్రొద్దున పోయి సాయంత్రానికి వస్తూ మన ప్రేమాభిమానాలను చిన్నీకి పంచివ్వలేక పోతున్నామనిపించింది. ఆ పిల్లలు కళ్ళు చూసి, మన చిన్నీ కళ్ళు చూస్తే నాకు తేడా లేదనిపించింది... ." అన్నాడు భాస్కర్.

హేమ మాట్లాడలేదు... !

"ఉద్యోగం నువ్వు మానేస్తావో, నన్నే మానేయమంటావో ఆలోచించుకో. ఇద్దరిలో ఎవరో ఒకరు మానక తప్పదు" అన్నాడు దృఢంగా భాస్కర్.

ఏమంటుంది హేమ... ? అలాంటి నిర్ణయాన్ని ఏ తల్లి హర్షించదూ... ? ఆనందం నిండిన గుండెతో వెళ్లి నిద్రపోతున్న చిన్ని నుదుటిపై ముద్దు పెట్టుకుంది హేమ..!

– (ఆంధ్రభూమి దినపత్రిక, 15 డిసెంబర్ 1987)

క్రికెట్ పిచ్చి

పగలు పదకొండు గంటలు...!

రిక్షా దిగుతూ... రోడ్డుని ఇంటినీ ఓసారి పరికించి చూసాను. నేను ఊళ్లో లేని ఈ వారం రోజులకే అంతా బోసిగా చిన్నబోయినట్టయ్యింది.

నా రాకను చూసి... వీధిలోని భోగనవిలియా సంతోషంగా తలూపి... స్వాగతం పలికింది . పెంపుడు కుక్క నిక్కీ పరుగున వచ్చి నా కాళ్లను చుట్టేసింది. నేనంటే దానికుండే విశ్వాసానికి పొంగిపోయాను.

నేనొచ్చినట్టు నిక్కీ అంత హడావుడి చేసినా... ఇంట్లోని కోడలు బయటకు రాకపోవడం నాకు ఆశ్చర్యమేసింది.

రిక్షాలోని సామాన్లన్ని తీసి వీధి అరుగు పై పెట్టి జోళ్ళ స్టాండ్ లో చెప్పులు వదులుతుంటే అక్కడున్న రెండు చెప్పుల జతలను చూసి... అవి ఆ సమయములో అక్కడెందుకున్నాయో అర్థం కాలేదు .

హాలులోకి అడుగుపెట్టిన నేను విషయాన్ని పూర్తిగా గ్రహించాను . వాళ్లకిదేం క్రికెట్ పిచ్చో గానీ... నేను వచ్చాననే ధ్యాసే లేకుండా ... కొడుకు, కోడలు, మనుమడు టీవీ లోని క్రికెట్ చూడ్డంలో మునిగిపోయారు.

వాళ్లు ఈ స్థితిలో లేరని తెలుసుకున్న నేను... ప్రయాణిక బడలికచే ఆకలి దహించేస్తుంటే ... వాళ్ళ ఏకాగ్రతను భంగం చేస్తూ... "అమ్మా కమలా" అంటూ కోడలిని పిలిచాను.

నా పిలుపుకామె ఒక్కసారిగా తత్తరపడింది. "ఆ... వచ్చారా మావయ్యా..!! నేనసలు గమనించలేదు. మీరు వస్తారని తెలియక ఇంకా వంట చేయలేదు. ఈఒక్క పూటకి హోటల్ కెళ్లి భోజనం చేసి రండి" అంటూ బ్రతిమాలింపుగా నా వైపు ఓ క్షణం చూసి... మళ్లీ టీవీలో పడిపోయింది.

అక్కడ నుంచి కదిలి వెళ్తున్న నన్ను పిలిచి.. "నాన్నా.. ఆ చేత్తోనే మాక్కూడా క్యారియర్ తీసుకొచ్చేయండి" అంటూ పురమాయించాడు నా కొడుకు.

ఆకలి దహించేస్తుంటే మరి చేసేదేముంది... ? మౌనంగా క్యారియర్ పట్టుకుని బయటకు నడిచాను.

భోజనంతో ఇంటికి తిరిగొచ్చిన నాకు... కొడుకు, కోడలు, మనుమడు.. అందరూ కలిసి తిట్టుకుంటున్న సణుగుడు వినిపించింది. తిట్టిన తిట్లు తిట్టకుండా శాపనార్థాలు పెడుతున్నారు.

"అసలు వాళ్లకు బుద్ధి లేదు. డ్యూటీకి సరిగా నిర్వర్తించడం లేదు" అంటూ నానామాటలంటున్నారు ఎలెక్ట్రిసిటీ బోర్డు వాళ్ళను.

ఆట మంచి జోరుగా సాగుతున్న సమయంలో కరెంటు పోయిందని వాళ్ళ బాధ. ఆ సమయంలో వాళ్లని చూస్తే చెప్పలేని ఆవేదన కలిగింది. క్రికెట్ చూడడం కోసం కొడుకు ఆఫీస్ కి లీవ్ పెట్టడం, మనుమడు స్కూలు మానేయడం, కోడలు వంటపని ఎగ్గొట్టేయడం... ఇవన్నీ బానే ఉన్నాయి.... .

కరెంటు వాళ్లు ఎక్కడో లైను బాగుచేస్తూ ఉండుంటారు. అందుకని లైను ఆపితే... కరెంటు వాళ్ళని బాధ్యతారహితులని అంటున్నారు. దీనికేమైనా అర్థముందా... ? అనుకుంటూనే డైనింగ్ హాల్ వైపు నడిచాను.

అక్కడ అన్నం కోసం నాలుక చాపుకుని... క్యారియర్ వైపు ఆశగా చూస్తున్న నిక్కీని ప్రేమగా చూస్తూ క్యారియర్ విప్పాను.

అది తోక ఊపుమంటూ అన్నం తింటుంటే... నాలో చెప్పలేని
అవ్యక్తానుభూతి కలిగింది మనసంతా... !!

– (ఆంధ్రభూమి దినపత్రిక, 24 జనవరి 1988)

మెరుపుదెబ్బ

సదానందం వర్క్ ఎక్కువగా ఉండటంతో ఆఫీసు నుంచి ఇంటికొచ్చేసరికి లేటయ్యింది. స్కూటర్ ని పోర్టికోలో పార్క్ చేస్తూ... గుమ్మంలోనే దిగాలుగా కూర్చున్న భార్యవైపు ఏమైందన్నట్టు చూసాడు.

తనకొచ్చిన ఉత్తరాన్ని చూపించి కళ్లనీళ్లు గక్కింది పార్వతి. మావగారికి సీరియస్ గా ఉందని తెలిసి భార్యను ఓదార్చారు. "మరేం పర్లేదు... భయపడకు. నువ్విప్పుడే మీ ఊరు బయలుదేరు" అంటూ లోపలికి తీసుకెళ్ళాడు.

"మరి మీరు రారా... "? సందిగ్ధంగా అడిగింది.

"సారీ... పార్వతి. ఇప్పుడు నేను రావడానికి కుదరదు. రేప్రొద్దుట మా ఎం.డీ వస్తున్నారు. ఆ మీటింగ్ కి తప్పకుండా అటెండ్ అవ్వాలి. ఆయన కోసమే వారం రోజులుగా ఈ ఫైల్స్ పనితో మునిగిపోతున్నా. నువ్వు చూస్తూనే ఉన్నావుగా. రేపొద్దుట ఆ మీటింగ్ అయిపోగానే లీవ్ తీసుకుని వెంటనే బయలుదేరి అక్కడకు వస్తాను". భార్యకు నచ్చచెప్పాడు సదానందం.

భార్య తయారయ్యేలోగా తాను వడ్డించుకు తిన్నాడు.

నెలాఖరు కావడంతో భార్యకు డబ్బులిద్దామంటే తన దగ్గరంతగా లేదు. పర్సు ఖాళీ అయిపోయింది. ఉన్నదాంట్లోనే కొంచెం మినహాయించి కొంచెం భార్య కందించాడు.

భార్యను బస్ స్టాండులో బస్సెక్కించి ... డ్యూటీకి స్కూటర్ మీద ఆఫీసుకు దూసుకుపోయాడు.

పరిగెడుతున్న స్కూటర్ ఒక్కసారిగా ఆగిపోయేసరికి సదానందం గుండెల్లో రాయి పడ్డట్టు అయ్యింది. ఆ స్కూటర్ మళ్లీ పరుగు పెట్టాలంటే పర్సులో మిగిలాయనుకున్న డబ్బులు

కూడా ఖర్చు పెట్టాల్సిందే అనుకున్నాడు భారంగా. చేసేదిలేక దగ్గర్లోని పెట్రోలు బంకు దగ్గరకు లాక్కెళ్లాడు బండిని. లీటరు పెట్రోలు పోయించుకుని దానికయ్యే డబ్బునందించాడు.

ఆ డబ్బునందుకుని... "ఈరోజు నుంచి లీటరుకు రూపాయి పెరిగిందండీ. ఇంకో రూపాయి వస్తాది" అన్నాడు పెట్రోలు పోసేవాడు.

సదానందానికి ఏం చేయడానికీ తోచలేదు. కిల్లీ కొట్టతనా రేపిస్తాననడానికి... ? రూపాయికి తికాణా లేనివాడికి స్కూటరెందు కనుకుంటాడేమోనని సిగ్గేసింది. ఇలా నోటీసులు లేకుండా ప్రభుత్వం రాత్రికి రాత్రే ధరలు పెంచడాన్ని బట్టి... ప్రజల్ని ఎంతగా దోచుకు తింటున్నారో కదాని చికాకుపడుతుంటే... .సదానందం పరిస్థితి అర్థం చేసుకున్న పక్కతను "సర్లెండి... నా దగ్గర తీసుకోండి... మీకు మొహమాటమైతే ఈసారి ఎక్కడైనా కనిపించినప్పుడు ఇద్దురు గాని" అంటూనే పెట్రోలు పోసే వాడి చేతిలో రూపాయి నాణాన్ని వదిలాడు.

సమయానికి ఆదుకున్న ఆ అపరిచితుని వైపు కృతజ్ఞతగా చూసి... థాంక్స్ చెప్పి స్కూటర్ స్టార్ట్ చేసాడు సదానందం... !!

– (ఈకథ ఆంధ్రభూమి దినపత్రిక, 1 ఫిబ్రవరి 1988)

యువకుల ఇబ్బందులు

ఉదయం 9:00 గంటలు!

రాధ పుస్తకాలను గుండెలకు అదుముకొని నడిచి వెళ్తుంటే సైకిల్ ను నెమ్మదిగా తొక్కుతూ ఆమెను ఫాలో అవుతున్నాడు గోపాల్.

"హలో ... !" అంటూ ఆమెను పలకరించాడు.

ఆమె అతని వైపు చూడలేదు... మాట్లాడలేదు.

ఈసారి అతను ఏదో అన్నాడు...

ఆమె ఫక్కున నవ్వి క్రీగంట చూసింది అతన్ని.

అంతే... నెమ్మదిగా తొక్కుతున్న సైకిల్ దిగిపోయి ఆమెతో పాటు నడుస్తూ ఏవేవో మాట్లాడుతూ... నవ్విస్తూ... కవ్విస్తున్నాడు గోపాల్.

మధ్యాహ్నం 2.00 గంటలు!

సత్యను ప్రేమ పేరుతో కాలేజీ ఎగ్గొట్టించి... సినిమాకు తీసుకెళ్లాడు కృష్ణ! హాల్లోని ఆ చీకటి మాటున ఒకరి పక్కన ఒకళ్ళు అతుక్కుపోయి కూర్చున్నారు. ఆమె చెవిలో ఏదో సన్నగా గుసగుసలాడాడు.

అతనేదో చేస్తుంటే.. ఆమె కిలకిలా నవ్వుతుంది. వారిద్దరూ సినిమాకి వచ్చామన్న ధ్యాసే పూర్తిగా మరచిపోయారు.

సాయంత్రం 6:00 గంటలు!

సముద్రపు ఒడ్డున ఉన్న బీచ్ పార్క్ లోని రెస్టారెంట్లో ఒక టేబుల్ దగ్గర రుక్మిణి, ఆమెకి ఎదురుగా కూర్చుని ఉన్నాడు మూర్తి.

కూల్ డ్రింక్స్ సేవిస్తూ ఒకరి కళ్ళలోకి ఒకరు చూసుకుంటున్నారు. వారి చూపుల్లో ఎన్నో భావనలు, ఏవో భాషణలు.

ఆమె చేతులను చేతుల్లోకి తీసుకుని మెత్తగా స్పర్శిస్తున్నాడు.

ఆ స్పర్శలో ఏవో తీయని అనుభూతులు వాళ్ళ కళ్ళలో ప్రతిఫలిస్తున్నాయి... రాత్రి 10:00 గంటలు!

ప్రియమైన నాన్నగారికి,

నేను క్షేమము. మీ ఆరోగ్యం ఎలా ఉంది? మీరు నా కోసం దిగులు పెట్టుకోకండి. నేను బాగానే చదువు కుంటున్నాను . ఫస్ట్ తారీఖున మీరు పంపించిన డబ్బు పది రోజులు కూడా కాకుండానే అవసరమైన పుస్తకాలు కొనడంతో అయిపోయింది. డబ్బు కోసం చాలా ఇబ్బంది పడుతున్నాను కాబట్టి మరో మూడు వందలు పంపించగలరని కోరుతూ.... .

మీ

గోపాల కృష్ణ మూర్తి.

మర్నాడు...

కొడుకు ఉత్తరం అందుకున్న శ్రీహరి నాయుడు గారిలో చెప్పలేని ఆందోళన. కొడుకు డబ్బు కోసం ఇబ్బంది పడుతున్నాడనే ఆవేదన. ఎక్కడో తల తాకట్టు పెట్టి మరో మూడు వందలు సంపాదించి గోపాల కృష్ణ- మూర్తికి పంపారు!!

-(ఆంధ్రభూమి దినపత్రిక, 26 ఫిబ్రవరి 1988)

నీళ్లగోల

నీళ్ళ్యా... నీళ్ళ్యా... నీళ్ళ్యా... ! ఆ ఊరంతా నీళ్ల ఎద్దడే.

రెండు రోజులుగా రాని నీళ్ళకారొచ్చింది. దాన్ని చూడగానే ఆ కాలనీ వాసులు బిలబిల మంటూ బయటకొచ్చి మైలున్నర దూరం క్యూ కట్టారు.

బిందెలు, బక్కెట్లు పట్టుకుని తమవంతు నీళ్లకోసం ఎదురు చూస్తున్నారు. కొందరైతే క్యూలో నుంచోకుండా పక్కదోవ నుంచి అన్యాయంగా నీళ్లు పట్టేసుకుంటున్నారు. అది ఓర్వలేని కొందరు వారిని ఎదిరిస్తున్నారు. దానితో కుమ్ములాట, గుద్దులాట, తిట్లతో... మహాజోరుగా సాగుతుంది నీళ్ల పంపకం.

ఆ నీళ్ళ బందలో ఓ బామ్మ కాలు జారి పడబోయి... నిస్సత్తువుగా కూలబడిపోయింది.

"ఇంకెంతమ్మా... ఓ పది బిందెలు నిండితే మీ వంతు వచ్చేస్తుంది. ఇంతసేపూ ఎలాగూ నుంచున్నారు. ఎలాగోలా ఓపిక తెచ్చుకోండి" ఆమెకు ధైర్యం చెప్పాడు ఓ దయాశీలి.

"లేదు నాయనా ! ఇక ఈ నీళ్ల బాధ నేను పడలేను గానీ... ఈ ప్రాణమేదో గుటుక్కున పోతే నానోట్లో పోసే తులసి నీళ్లతో తృప్తి పడిపోతాను" ఆయాసపడుతూ చెప్పారు బామ్మగారు.

"అయ్యో అవేం మాటలండీ... మనమెన్ని బాధలు పడినా ఈ రోజొక్కరోజే కదా. రేపటి నుంచి నీళ్లకోసం ఈ పడిగాపులు పడక్కర్లేదు. మున్సిపల్ చైర్మన్ గారొచ్చి ఓవర్ హెడ్ ట్యాంక్ ను ప్రారంభోత్సవం చేస్తారు. రేపే ఎవరి వీధి కుళాయిల్లో వాళ్ళకే కావల్సినన్ని నీళ్లు."

ఆ మాటతో ఊరట కలిగిన బామ్మగారి కళ్ళలో తళుక్కున మెరుపు. ప్రాణం పోతే బాగుండుననుకున్న ఆవిడకే నిండు నూరేళ్ళూ బ్రతకాలన్న ఆశ క్షణంలో ఉవ్వెత్తున లేచింది.

ఆ దయాశీలి చేయి ఆసరాతో మళ్లీ తనవంతు నీళ్లకోసం నిలబడ్డారు. బామ్మ. నీళ్లు దొరికాయి ఎలాగైతే బామ్మగారికి.

మర్నాడు ఉదయం...

అందరూ తమ వీధి కుళాయిల వద్ద బిందెలను పెట్టి అమృతం కోసం చూస్తున్నట్టుగా ఆశగా ఎదురుచూస్తున్నారు. నీళ్లు వస్తాయనుకున్న సమయం దాటి గంటలు గంటలు దాటిపోతున్నా... ఒక చుక్క కూడా నీరు పడ్డం లేదు. అందరిలోనూ ఆందోళన.

దారినపోయే ఒకతను తీసుకొచ్చిన వార్తతో... ఉన్నట్టుండి ఆ వీధిలో వారంతా గుంపులు గుంపులుగా పోగయ్యారు.

ఎవరి నోటవిన్నా అదే చర్చ... !

చైర్మన్ గారు ఓవర్ హెడ్ ట్యాంక్ ప్రారంభోత్సవం చేసిన వెంటనే ట్యాంక్ అడుగుభాగం కూలిపోయిందంట.

ఆ జనంలో ఎవరో గొణుక్కుంటున్నారు.... .

"ఆ కాంట్రాక్టర్ డబ్బుకు కక్కుర్తి పడేవాడు. మరి. డబ్బులు నొక్కేయడానికి నాసిరకం సిమ్మెంటు వాడితే ఇలాగే ఉంటుంది." అంటూ వినిపించాయి. మళ్లీ నీళ్ల టాంకర్... దాని చుట్టూ ఆ రభస మామూలే.... .!!

–(ఆంధ్రభూమి దినపత్రిక, 25 మార్చి 1988)

ఆతిథ్యం ఖరీదు

హైదరాబాద్ సిటీ... !

నాకంతా కొత్తప్రదేశం...

ఆ ఇంటి నెంబర్ అవునో కాదో మరోసారి చూసాకా ఆటోవాడికి డబ్బులిచ్చి పంపేసి... పెట్టే బెడ్డింగుతో ఆ ఇంటి తలుపు తట్టాం.

ప్రభాకర్ ఇంట్లోనే ఉన్నట్టున్నాడు. వాడే వచ్చి తలుపు తీసాడు. వాడి వెనుగ్గా వాడి భార్య. ఎప్పుడో ఒకప్పుడు వస్తామని ఇదివరకు చెప్పాను గానీ... మేమింత హఠాత్తుగా వస్తామని వారు ఊహించలేదనుకుంటాను. ఒకరి ముఖాలు ఒకరు చూసుకుని.. తేరుకుంటూ... మమ్మల్ని సాదరంగా లోనికి ఆహ్వానించారు.

మా రాక వలన వలన వారిలో కలిగిన భావం నేను గ్రహించకపోలేదు. గుమ్మం పక్కగా చెప్పులు విడుస్తూ... "మరేం లేదురా...! నిన్ను చూడాలనిపించి అనుకోకుండా ప్రయాణమై వచ్చేసాము" అంటూ చెప్తుంటే... వాడు పైకి నవ్వుతున్నా... వాడి కళ్ళలో నాకు ఆందోళన కనిపిస్తూనే ఉంది. వాడి ప్రేమాప్యాయతలు ఎలాంటివో నాకు తెలుసు కాబట్టి... అవేమీ నేనంతగా పట్టించుకోలేదు.

మా మర్యాదల కోసం వాడి భార్య లోపల సతమతమవుతున్నట్టుంది... ఆ తర్వాత అందరం కలిసి బాగా కాలక్షేపం చేసాము. చూస్తుండగానే రెండు రోజులు గడిచిపోయాయి.

నా భార్య అయితే ఇంకా ఉందామంది. ప్రభాకర్ వాడి భార్యా కూడా ఇంకో రెండురోజులు ఉండమని పట్టుబట్టారు. అయినా నేను ససేమిరా అన్నాను.

వారిద్దరి పిల్లల చేతుల్లో చెరొక ఐదొందలూ పెడుతుంటే... నే చేస్తున్న పనికి అడ్డుకున్నారు ఆ దంపతులిద్దరూ. ఎలాగో వారిచేతుల్లో కుక్కి శెలవు తీసుకుని బయటపడ్డాం.

వద్దంటున్నా... ప్రభాకర్ స్టేషన్ వరకూ వచ్చి సాగనంపాడు. ట్రైన్ కదిలింది...

"ఎలా ఉంది ఈ హైద్రాబాదు సిటీ?" అడిగాను భార్యను.

నాకైతే ఇంకా ఉందామనిపించింది. అయినా వారెంతగా ఉండమని చెప్పినా మీరెందుకు బయలుదేరతామని చెప్పారో నాకర్థం కాలేదు అంది.

నా భార్య మాటకు కోపమొచ్చినా అర్థమయ్యేలా మందలించాను. చూడు... ఇలాంటి సిటీలో ఇంటికి చుట్టాలొచ్చి ఒకరోజు ఉన్నారంటే... చాలీ చాలని జీతగాళ్లకు ఒక యుగం గడిచినట్టే. ప్రభాకర్ కూడా ఆ కోవకు చెందిన వాడే. నాకంటే కూడా సంపాదనలో చిన్నవాడే.

వాడింట్లో ఉన్నప్పుడు... నేనే డబ్బులు ఖర్చు చేద్దామన్నా వాడసలు ఊరుకోడు. మనిద్దరికీ ఈ రెండు రోజులూ ఏ లోటూ రాకుండా తిండి పెట్టాడంటే... వాడు అంతో ఇంతో అప్పుచేసి ఉంటాడని నాకు తెలుసు. అందుకే వాడి పిల్లలిద్దరి చేతుల్లో డబ్బులు పెట్టాను.

'పిల్లలకిలా డబ్బులిచ్చి... ఇంటికొచ్చిన ప్రతి ఒక్కరూ వెళ్లిపోయేటప్పుడు తమకు డబ్బులిస్తారని ఎదురుచూసేలా పిల్లల్ని పాడుచేయకు' అంటూ ప్రభాకర్ కోప్పడ్డాడు.

నిజానికి పిల్లల్ని పాడు చేయాలన్నది నా ఉద్దేశ్యం కాదు. ఈరెండు రోజులూ వాడు మనకిచ్చిన ఆతిధ్యానికి ఖరీదు కట్టడం తప్పే అయినా... నాకంత కన్నా ఏం చేయాలో తోచలేదు". నా భార్యతో చెప్పేసి... బరువు దించేసుకున్నాను...!

– (ఆంధ్రభూమి దినపత్రిక, 13 జూలై 1988)

బలిపశువు

జనరల్ వార్డులో స్పృహ వచ్చిన సుందరానికి ఒళ్ళంతా పచ్చి పుండులా వున్నా... ఆ బుర్ర మీసాల పోలీసోడే పదే పదే గుర్తుకొస్తున్నాడు.

ఓ రోజు సుందరం కిరాణా షాపుకొచ్చాడు ఆ పోలీసోడు. అడుగున్నర పొడుగున్న లిస్టు చదివి... . సరకులన్నీ కట్టించాడు. అన్నీ సంచుల్లో సర్దుకుని ... "వస్తాను బ్రదర్" అంటూ లేచి వెళ్లబోయాడు.

బిల్లు కట్టకుండా వెళ్తున్న ఆ పోలీసోడిని అడ్డుకున్నాడు సుందరం. "మర్యాదగా డబ్బులిచ్చి వెళ్ళు" అంటూ గదమాయించాడు.

"ఏయ్... ఇవన్నీ ఎవరికనుకుంటున్నావు? ఎస్సై గారికి" అంటూ దూకుడుగా ముందుకెళ్తున్న పోలీసోడిని వదలలేదు సుందరం.

కష్టార్జితాన్ని దౌర్జన్యంగా తీసుకెళ్లిపోతుంటే చూస్తూ ఊరుకోలేకపోయాడు. సరుకులైనా వదిలేయమన్నాడు... లేదా డబ్బైనా కట్టి వెళ్ళమన్నాడు. ఇద్దరి మధ్యా పెద్ద రభసే జరిగింది.

చివరికేమనుకున్నాడో... సుందరం ముఖంపై డబ్బులిసిరేసి పోయాడు పోలీసోడు.

ఇది జరిగి వారం రోజులవుతుంది...

ఇంతలో ఓ ప్రముఖ రాజకీయ నాయకుని హత్య. ఊరంతా అల్లర్లు... దహనకాండలు... లూఠీలు. ఎక్కడ చూసినా భయానక అలజడులే.

శాంతి భద్రతల పర్యవేక్షణ పేరుతో...

మర్నాడు సంఘవిద్రోహుల ఏరివేతంటూ పోలీసులు రంగంలోకి దిగారు. అటువంటి వాళ్ళతో పాటూ అమాయకుల్ని కూడా బంధించారు.

అవకాశం దొరికిందనుకుంటూ... సుందరాన్ని కూడా నెట్టేశాడు. బుర్రమీసాల పోలీసోడు. నాకేమీ తెలియదంటూ నెత్తీ నోరూ మొత్తుకుంటూ ఏడ్చినా పోలీసోళ్లు చితక బాదేశారు.

తన స్వార్థం కోసం, డబ్బులు ఖర్చుబెట్టకుండా ఎదుట వారి పొట్ట కొట్టి... తనవాళ్లకు కూడు గుడ్డ కోసం, తాను పన్నిన పన్నాగం ఫలించనందుకు పోలీసోడి కసి ఈవిధంగా తీర్చుకున్నాడు.

కటకటాల వెనుక నిర్జీవమైన స్థితిలో పడివున్నాడు సుందరం. పోలీసోళ్ల లాఠీ దెబ్బలకు చర్మం చీలి, ఎముకలు విరిగి... అటూ ఇటూగా అతని ప్రాణం ఊగిసలాడుతుంటే... హాస్పిటల్లో జాయిన్ చేశారన్న సంగతి తెరలు తెరలుగా గుర్తుకొస్తుందిప్పుడు...!!

– (ఆంధ్రభూమి దినపత్రిక, 10 జూన్ 1989)

నేరం

మాధవ్ సరసమైన ఆలోచనలు సాగుతున్నాయి...!

గత రాత్రి ఊర్వసి హెూటల్ లో తన ప్రేయసి మధుర తో గడిపిన మధుర క్షణాలను గుర్తు చేసుకుంటూ మంచంపై అటు ఇటు దొర్లుతున్నాడు మాధవ్. నిజంగా... మధురతో ఆ అనుభవం మధురమే..

మెచ్చుకోలుగా తలచుకున్నాడు.

అలా ఆ అనుభూతిలో ఉండగా..."ఒరేయ్ ఇంకా నిద్ర రావడం లేదా..?" అంటూ కొడుకు మంచం పైకి వచ్చి కూర్చుంది అతని తల్లి.

ఆ విషయం ఈ విషయం మాట్లాడుతూ... ." మన వనజ పెళ్లిచేసే ఉద్దేశం నీకు ఇంకా లేదా ఏమిటి...?" అంటూ తల్లి నిలదీసేసరికి మాధవ్ లో అప్పటివరకు ఉన్న ఆనందం కాస్త ఎగిరిపోయింది.

"రాఘవయ్య మావయ్య కాకినాడ సంబంధం తీసుకొచ్చాడు. లక్ష రూపాయలు క్యాష్, రెండెకరాల భూమి ఇస్తామంటున్నారు. నువ్వు ఈ సంబంధాన్ని ఊ... అంటే మనం కూడా వనజ పెళ్లి చేసేయెుచ్చు. బాగా ఆలోచించి ఏ సంగతీ తెల్లారేసరికి చెప్పు" అంటూ అక్కడినుంచి వెళ్ళిపోయింది అతని తల్లి. మాధవ్ లో సందిగ్ధత చోటు చేసుకుంది.

అటు ప్రేయసి మధుర... ఇటు చెల్లెలు వనజ... దీనాతి దీనంగా కళ్ళముందు కదలాడే సరికి, చేసేది లేక రక్త సంబంధమైన చెల్లెలు సమస్యపైనే బలవంతంగా మనసును తిప్పగలిగాడు.

★★★

మాధవ్ కుమిలిపోతున్నాడు... మనసులోనే మౌనంగా!

మాలినితో తన పెళ్లయిన రోజే మధుర ఆత్మహత్య చేసుకుందన్న పిడుగులాంటి వార్త వినడంతో షాక్ తగిలినట్లయి... తొలిరాత్రి నాడు భార్య మాలిని దగ్గరకు తీసుకోలేక పోయాడు

ఆ రాత్రే కాదు. ఇక అన్ని రాత్రులు భార్యకు ఎడంగానే ఉన్నాడు. భర్త ప్రవర్తన అర్థం కాక... ఆ విషయం గురించి పైకి ఎవరితోనో చెప్పుకోలేక మాలిని కూడా మనశ్శాంతికి దూరమైందని చెప్పాలి.

నాడు చెల్లెలు పసుపు తాడు కోసం ప్రేయసి మధురను చేతులారా దూరం చేసి చంపు కొన్నాడు. ఇప్పుడు భార్య మాలినిని కూడా మానసికంగా బాధిస్తూ నేరం చేస్తున్నాడు.

మాధవ్ కు ఇప్పుడు దీని గురించే మదన. తనను తాను క్షోభ పెట్టుకుంటున్నాడు. అదే నేరం...!!

–(ఆంధ్రభూమి దినపత్రిక, 24 జూన్ 1989)

నిరుద్యోగి

కమల్ నిరుద్యోగి...!

పదమూడేళ్ళుగా ఉద్యోగం కోసం పడిగాపులు పడుతూ ఎదురుచూస్తూనే వున్నాడు. కనీసం ఒకాఫీసు నుంచి కూడా ఇంటర్వ్యూ రాకపోవడం అతని దురదృష్టమో... ప్రభుత్వ అసమర్థతో తెలీదు.

ఎంప్లాయిమెంట్ ఎక్స్ఛేంజిలో తన పేరు నమోదు చేయించుకున్నది ఇరవైఏళ్ల వయసప్పుడు. అంటే అతను బిఏ పాసైనప్పుడు.

ఉద్యోగర్హతకు మరో ఆరునెలలు మాత్రం గడువుంది. పదమూడేళ్ళుగా ఎదురుచూస్తూ వస్తుందేమో అనుకుంటున్న ఉద్యోగం వస్తుందని అతనిలో ఏ కోశాన నమ్మకం లేదు. ఉన్న కాలం కాస్తా గతంలాగే గడిచిపోతే తన చదువుకు సార్థకత లేదని తెలిసి కమల్ మనసు విరిగిపోయింది. తన సమస్యకు పరిష్కారాన్ని బాగా ఆలోచించి టేబుల్ పైనున్న కాగితం కలాన్ని అందుకున్నాడు.

★★★

రాఘవాచార్యులు ఇల్లు అర్చకుల మంత్రాలతో హోరెత్తిపోతుంది.

ఆ తంతు అలా జరుగుతుండగా పోస్ట్ అంటూ ఓ లెటర్ రావడంతో భారంగా నిట్టూర్చారు రాఘవాచార్యులు.

కమల్ పేరున ఓ గవర్నమెంటు ఆఫీసు నుంచి వచ్చిన ఇంటర్వ్యూ లెటర్ చూడగానే... కొడుకు తొందరపాటుకు మరింతగా కుమిలిపోయారు.

కొడుకు రాసిన ఆ ఉత్తరంలో...

జన్మనిచ్చిన తల్లిదండ్రులకు,

ఇన్నాళ్లూ ఉద్యోగం కోసం ఎదురుచూస్తూనే ఉన్నాను. ఇక నాకు ఉద్యోగం వస్తుందనే నమ్మకం పోయింది. పూర్తిగా మనోవేదనకు గురవుతున్నాను. ఇంకా ఎన్నాళ్ళని నా భారాన్ని మీపై వేస్తాను..? అలాగని ఏ కూలో నాలో చేసుకుని బ్రతకలేని డిగ్రీ హోల్డర్ని, వృద్ధాప్యానికి చేరుకున్న మిమ్మల్ని నేను పోషించాల్సింది పోయి మీరు నన్ను పోషించడం నన్నెంతగానో బాధిస్తుంది. బ్రతికుండగా మీకు నేను ఓ ముద్ద పెట్టలేకపోయాను. నేను చచ్చి కూడా మీతోనే పిండం పెట్టించుకోవాల్సిన రోజు మీకు కల్పిస్తున్నందుకు చాలా సిగ్గుగా ఉంది. మీకు దూరమవుతున్నందుకు నన్ను క్షమించండి.

మీ

కమల్.

పదకొండు రోజుల క్రితం కొడుకు రాసిన ఆ అక్షరాలు నీలిమేఘాల్లా కళ్ళల్లో అలుముకునేసరికి... ఉబికి పెట్టుకున్న దుఃఖం పైకి పొంగుకొచ్చింది రాఘవాచార్యులకు.

వాడు బ్రతుకుతెరువుకి భయపడి పిరికివాడై ప్రాణాలు తీసుకున్నాడు గానీ... నేను ఏం చదుకున్నానని అందర్నీ పోషిస్తూ సంసారభారాన్ని మోస్తున్నాను..? నేర్చుకున్న నాలుగుముక్కల వేదంతో నమ్ముకున్న నాలుగిళ్ళల్లో శుభకార్యాలకు పురోహితుడిలా కొనసాగుతున్నాను. పాడుబడ్డ దేవాలయాల్లో అర్చకుడిగా వెళ్తూ భక్తులు వేసే దక్షిణలను ఏరుకుంటున్నాను. పండక్కో పబ్బానికో అందరూ ఇచ్చే స్వయంపాకాలతో కూడా మీ అందరికీ పొట్ట నింపుతున్న బ్రతకనేర్చిన మనిషిని.

నాకు తెలిసిన విద్యలు నీకు తెలియవనే కష్టపడి వెనకేసిన కొంత డబ్బుని ఉద్యోగం కోసం తల్లడిల్లుతున్న నీకు ఉద్యోగం ఇప్పించమని ఓ అధికారి కాళ్ళా వేళ్ళా బ్రతిమాలి అతని చేతిలో దక్షిణ అర్పించుకున్నాను. ఆ సంగతి నాకు మాత్రమే తెలుసు. దాని ఫలితమే ఈరోజు

నీకోసం వచ్చిన కాల్ లెటర్ ఇది. మనసులోనే చనిపోయిన కొడుక్కి చెప్పుకుంటూ... ఆ ఇంటర్వ్యూ లెటర్ని కూడా కొడుక్కి పెడుతున్న పిండాలతో పాటూ గోదాట్లోకి వదిలేసి... కొడుకు ఆత్మశాంతికై దేవుడ్ని ప్రార్థిస్తున్నారు రాఘవాచార్యులు...!!

– (ఆంధ్రభూమి దినపత్రిక 28డిసెంబర్, 1989)

పాపం గుడ్డిది

ఆ ముసలి జంట ముష్టోళ్ళు...!

ప్రతిరోజూ ఆ పేటలో అడుక్కోవడం వాళ్ళ జీవనాధారం. ఆ రోజు కూడా అలాగే ఎప్పటిలా... ముసిలిదాన్ని చేయి పట్టుకుని నడిపిస్తున్నాడు ముసలాడు.

"అమ్మా ధర్మం... అయ్యా ధర్మం... గుడ్డిదండయ్యా... రూపాయి దానం చేయండయ్యా" అంటూ దీనాతిదీనంగా అరుస్తున్నాడు.

ముసిలిది కనురెప్పల్ని ఆడిస్తూ... గుడ్లను అటూ ఇటూ తిప్పుతూ... తడుముకుంటూ... తన దీనావస్థతో ప్రజల్ని ఇట్టే జాలితో కరిగించేస్తుంది. అందరూ దానం చేసే పైసలతో... వారి సత్తుగిన్నె నిండిపోయేది. ఆ సంపాదనే... వాళ్ళకానందం.

ముసలాడి కళ్ళతో పాటూ... ముసిలిదాని కళ్ళు కూడా ఓ క్షణం వెలిగిపోతాయి.

చీకటి పడుతుండగా...

అలా సంపాదించిన పైసల్ని మూటగట్టుకుని... విశ్రాంతి కోసం గూటికి చేరడానికి గుడ్డిదాని చేయి పట్టుకుని నడిపిస్తున్నాడు... ముసలాడు.

కడుపాకలి తీర్చుకోడానికి వారి కాళ్ళు తొందరగా పరిగెడుతున్నాయి...

అప్పుడే అనుకోని ఘోరం జరిగిపోయింది.

గుడ్డిదాని జీవన నీడ ఎగిరిపోయింది.

ఎర్రటి కారొచ్చి... ముసలాడిని గుద్దేసి వెళ్ళిపోయింది.

ముసలాడు “అమ్మా” అంటూ అరిచిన అరుపు ధర్మం కోసం కాదు... ప్రాణాలు విడిచేస్తూ వేసిన ఆఖరి చావుకేక.

ఆ హఠాత్మరణానికి... పోయింది ముసిలిది. తడుముకుంటూనే భర్తను ఒడిలోకి తీసుకుని బావురుమంది.

మందు మత్తులో వున్నా... ఒక ప్రాణాన్ని బలి తీసుకున్నానని తెలుసుకున్న కారువాలా ... ఎవరూ చూడకపోవడంతో అక్కడ నుంచి క్షణంలో పరారైపోయాడు. కానీ గుడ్డిది తనను చూసిందని... ఆ క్షణం తత్తరపడినా.. ఆమె గుడ్డిదే కదా అనే ధైర్యంతో స్పీడ్ గా ముందుకు పోనిచ్చాడు.

కళ్ళులేని గుడ్డిది హృదయవిదారకంగా ఏడుస్తుంటే చుట్టూ జనం పోగయ్యారు .

"ఏ రంగు కారు? నెంబరెంత...?” అని ఆదుర్దాగా అడుగుతూనే... ఆమె గుడ్డిదని తెలిసి పెదిమ విరిచారు.

ఆ యాక్సిడెంట్ అయినప్పుడు చూసిన సాక్షులెవరూ అక్కడ లేకపోవడంతో అయ్యో పాపమని సానుభూతి కురిపిస్తూ తమకు తోచిన పైసలు గుడ్డిదాన్ని ముందు పడేసి ఒక్కొక్కరూ వెళ్ళిపోతుంటే... ఆ సాక్ష్యం నేనే అంటూ గొంతెత్తి అరవాలనిపించి... నిస్సహాయురాలై శిలా ప్రతిమలా నేల కూర్చుండిపోయింది ముసిలిది.

గుడ్డిదాని కళ్ళల్లో తన భర్తను గుద్దేసిపోయిన ఆ కారువాలా రూపమే కదలాడుతుంది . అతను ఎవరో కాదు రోజూ తమకు దానం చేసే షాపు యజమాని. పాపం గుడ్డిదాన్ని కనికరించి ధర్మం చేసే దయామయుడు.

అందుకే అతన్నెలా మరచిపోగలదు... ? అతన్ని సులువుగానే పోల్చుకోగలిగింది. ధర్మం చేసేవాడని అతిగా గౌరవించి అభిమానించే ఆ వ్యక్తే తన భర్తను పొట్టన పెట్టుకోవడం చూసి.. ఆమె గుండె మౌనంగా విలపించిందే గానీ... హంతకుడు అతనేనని గొంతెత్తి చాటాలంటే... లోకం దృష్టిలో గుడ్డిదై పోయింది. ఒకవేళ చెప్పినా... కళ్ళున్న గుడ్డిదాని ఆత్మఘోష ఆలకించేదెవరు... ?

బ్రతుకు తెరువు కోసం గుడ్డి దానిగా నటిస్తూ.. చలామణి అయిపోయిన ముసిలిదాని జీవన ప్రయాణం రేపటి నుంచి ఎలా సాగుతుందో..?

ఆ ఆలోచనతోనే ముసిలిది చలనం కోల్పోయి కట్టెలా బిగుసుకుపోయింది.... .!!

– (ఆంధ్రభూమి దినపత్రిక, 4 ఫిబ్రవరి 1990)

అభిమానులు

జగదాంబ ఏసీ థియేటర్ లో మీ అభిమాన నటుడు నటించిన తాజా వర్ణ చిత్రం... రోజూ నాలుగాటలు హౌస్ ఫుల్ కలెక్షన్స్ తో ఆడుతుంది... తప్పక చూడండి ... మీ విశాఖ జగదాంబ థియేటర్లో 'నిశ్శబ్ద ప్రతీకారం'.... .

రేడియో లో పాటలు మధ్య ఆ అడ్వర్టైజ్మెంట్ కొత్తగా రిలీజ్ అయిన ఆ చిత్రం గురించి మూడు రోజులుగా వస్తూనే ఉంది...

ఆఫీస్ కి తయారవుతున్న శ్రీనివాస్ అది విని ఆ సినిమా చూడాలనుకున్నాడు. ఆఫీస్ కి వెళ్తూ వెళ్తూ సాయంత్రం "నేను వచ్చేసరికి రెడీగా ఉండు... సినిమాకెళదాం" అని భార్యతో చెప్పి బయటికెళ్ళి పోయాడు.

అనుకున్నట్లుగానే సాయంత్రం ఎంతో ఆతృతగా సినిమాకు బయలుదేరారు. "హలో శ్రీనివాస్ ఎక్కడికి ప్రయాణం... ?" దారి మధ్యలో ఎదురైన స్నేహితుడు నవ్వుతూ పలకరించాడు.

ఫలానా సినిమాకని శ్రీనివాస్ చెప్పేసరికి... "అబ్బే.. ఆ సినిమా టికెట్స్ అయితే ఎప్పుడో అయిపోయి ఉంటాయి. నామాట నమ్మి మరో సినిమాకి వెళ్లండి" అని సలహా ఇచ్చాడు.

దాంతో ఆ సినిమా మరోసారెప్పుడైనా చూడొచ్చులే అనుకుని... వేరే సినిమాకి వెళ్లిపోయారు.

మళ్లీ వాళ్లు సినిమా ప్రోగ్రాం వేసుకునే సరికి నెల్లాళ్ళు దాటిపోయింది. పోయినసారి మిస్సైన సినిమా కోసం థియేటర్ దగ్గరకు చేరేసరికి ఇంకా హౌస్ ఫుల్ బోర్డు కనిపించేసరికి... ఖంగు తిన్నారిద్దరూ. తీరా వెనక్కి వెళ్లిపోవడం ఇష్టం

లేక... బ్లాక్ లో నైనా టిక్కెట్లు కొనడానికే సిద్ధపడ్డాడు శ్రీనివాస్.

ఎదురుచూస్తున్నట్లుగానే... "సార్ టికెట్ కావాలా" అంటూ వాళ్ల దగ్గరకొచ్చాడు ఓ ఇరవయేళ్ళ కుర్రాడు.

ఆ టికెట్లు చూడగానే.. శ్రీనివాస్ ముఖం వెలిగిపోయింది. వాటిని అందుకుంటూ ..." ఎంత" అని అడిగాడు.

అతను టికెట్ రేటు మాత్రమే చెప్పడంతో ... సంతోషంగా డబ్బు చెల్లించాడు తన అదృష్టానికి మురిసిపోతూ. సినిమా బిగినవ్వడానికి టైం అవడంతో హాల్లో అడుగుపెట్టిన శ్రీనివాస్ అక్కడ సీట్ నెంబర్ చూపించే అతను పట్టించుకోక పోవడంతో... నెంబర్ చూపించమని టికెట్స్ చింపే కీపర్ని అడిగాడు.

"పరవాలేదు సార్... మీక్కావాల్సిన చోటే కూర్చోండి. హాలంతా ఖాళీగానే ఉంటుంది" అని చెప్పాడతను.

అతని అంతరార్థం బోధపడక మరి టికెట్ మీద నెంబరింగ్ ఉందంటూ

అయోమయంగా చూపించాడు.

"అవి అంతే లెండి. హౌస్ ఫుల్ కలెక్షన్స్ కోసం ఆ హీరో అభిమానులంతా కలిసి మిగిలిపోయిన టికెట్స్ అన్నీ కొనేస్తున్నారు." అంటూ చల్లగా చెప్పాడతను.

అది విన్నాక శ్రీనివాస్ ముఖం మాడిపోయింది. అయితే ఈ సినిమా ఎంతో చెత్తగా ఉందన్నమాట. హౌస్ ఫుల్ కలెక్షన్స్ తో ఆడుతుందంటే... చాలా బాగుంటుందని మోసపోయి వచ్చామనుకుంటూ.. ఆ హీరోపై అతని అభిమానులకున్న అభిమానాన్ని మెచ్చుకోవాలో తిట్టుకోవాలో తెలీలేదాక్షణం శ్రీనివాస్ కి... !!

– (ఆంధ్రభూమి దినపత్రిక, 26 ఏప్రిల్ 1990)

తల్లి హృదయం

"పోస్ట్... !"

ఓ ఉత్తరాన్ని అందుకుంది వర్ధనమ్మ.

ఆ ఉత్తరం చదివిన వర్ధనమ్మకి ఆందోళనతో చెమటలు పోశాయి. పెద్ద కూతురింటి దగ్గర నుంచి వచ్చిందని ఎంతో ఆతృతగా విప్పితే అందులోని విషయాలు ఊహించని విధంగా ఉంటాయని అనుకోలేదు. మనసు కలవరపాటుతో విచారంగా కూర్చుని ఉంది. ఆ సమయంలో ఇంట్లో ఎవరూ లేకపోవడంతో ఏమి చేయాలో పాలుపోలేదు.

ఆ ఉత్తరంలోని సారాంశం చదవాలని మడత విప్పింది.

గౌరవనీయులైన అత్తమ్మ గారికి,

మీరంతా క్షేమమని తలుస్తాను. ఈ మధ్య మీ అమ్మాయికి ఒంట్లో అసలేమీ బాగుండటం లేదు. హాస్పిటల్లో కూడా అడ్మిట్ చేసి... ఈ రోజే ఇంటికి తీసుకొచ్చాను. చాలా నీరసించి పోయింది. రెండు మూడు నెలలు రెస్ట్ తీసుకోవాలని డాక్టర్ చెప్పారు. పిల్లలిద్దరికీ స్కూల్ కి వెళ్లడం రావడంతోనే వాళ్లకు టైము సరిపోతుంది. కనుక మీ అమ్మాయిని చూసుకోవడానికి అందాకా ఓ పనిమనిషిని పెట్టాను కంగారు పడవలసిన విషయమేమి కాదు.

ముఖ్యంగా ఈ ఉత్తరం వ్రాసింది మీకు తెలియజేయాలనే ఉద్దేశ్యంతోనే.

మీ అల్లుడు

రవీంద్ర.

ఆ విషయాలకు వర్ధనమ్మలో చెమటలు పోశాయంటే... అది వయసు తెచ్చిన వృద్ధాప్యం కాబట్టే.

కూతురు సుఖపడుతుంది కదాని... ఎక్కడో దూరంగా ఇంజనీరుగా చేసే అతనికి కట్టబెట్టింది. కానీ అక్కడ వాతావరణం కూతురు ప్రాణాలను తీసేలా ఉంది. అప్పుడే ఇలా హాస్పిటల్లో అడ్మిట్ అవ్వడం మూడోసారి. ఇక్కడేమి కంగారు పడతానేమోనని అలా చెప్పి వుంటారుగానీ పూర్తిగా కోలుకుందో లేదో... ? కూతురి అనారోగ్య విషయంలో ఇంకా అనుమానంగా ఉంది ఆ కన్నతల్లికి. కొడుకులిద్దరూ ఆఫీస్ నుంచి రాగానే ఎవరినో ఒకర్ని ఓసారి వెళ్లి చూసి రమ్మనాలి.. మనసులో ఊరటగా అనుకుంది వర్ధనమ్మ.

గుమ్మంలోనే కూర్చుని కొడుకుల కోసం ఎదురుచూస్తుంది వర్ధనమ్మ... కొడుకులు రాగానే... "మళ్లీ మీ చెల్లెలుకు ఒంట్లో బావుండలేదటరా" అంటూ ఉత్తరాన్ని అందించింది.

"అలాగా... ?" అని ఆ ఉత్తరాన్ని చదివి పక్కన పెట్టేసాడు పెద్ద కొడుకు. "చెల్లి ఎలా ఉందో నువ్వు ఒక్కసారి వెళ్లి చూసి రాకూడదు... ?" ఎంతో ఇదిగా అడిగింది.

"ఎందుకమ్మా... ! బావగారు బాగానే ఉందని రాసారు కదా. ఈ మూల నుంచి ఆ మూలకు వెళ్లకపోతే ఇప్పుడు ఏమైంది... ? పైగా అక్కడ విపరీతమైన చలొకటి." నేను వెళ్ళలేనట్టు చెప్పేసాడు.

రెండో కొడుకుని అడిగితే... ఆఫీసులో ఇన్స్పెక్షన్ ఉంది. అదిగాక లీవ్ దొరకదని తప్పించుకున్నాడు.

కొడుకుల సమాధానం వర్ధనమ్మ కు ఏమాత్రం నచ్చలేదు. తోడబుట్టిన చెల్లెలిపై వాళ్లకు మమకారం చచ్చిపోయిందని నిట్టూర్చింది.

చిన్న కూతురుకు ఉత్తరం రాసి దానినైనా పంపాలనే ఆలోచన తట్టింది. అది వెళ్తే కొన్నాళ్లపాటు దానికి సహాయంగా ఉంటుందనిపించి ఉత్తరం రాసి పడేసింది వర్ధనమ్మ.

ఆ కూతురు నుంచి వచ్చిన సమాధానం కూడా వర్ధనమ్మ మనసును విరిచేసింది. తాను బయలుదేరితే భర్తకు రోజు గడవడం కష్టమనీ, చంటోడి స్కూలుకి లీవు కూడా ఇవ్వరని ఏదేదో రాసింది.

వర్ధనమ్మ భారంగా నిట్టూర్చింది.

ఈ రోజుల్లో ఎవరి పనులు వాళ్లకే గానీ.. సొంత మనుషుల బాగోగుల గురించి కూడా పట్టించుకోని దుస్థితి ఏర్పడిందని బాధపడింది వర్ధనమ్మ.

కూతుర్ని అంత దూరంగా చేసినందుకు వెళ్లడానికి ఎవరు తప్పించుకున్నా... ఈ కన్న హృదయానికి తప్పదు కదాని... ఆ ఊరి భాష తెలియకపోయినా ఓపిక తెచ్చుకుని పెట్టెలో బట్టలు సర్దుకుని... బయలుదేరింది వర్ధనమ్మ !!

–(ఆంధ్రభూమి దినపత్రిక, 12 ఆగస్టు 1990)

రాజకీయం

డమ్.. డమ్ అంటూ డప్పుల మోత... !

ఆ మోత పిలుపుకు... పెద్దలు పిల్లలు కాస్త వెనక ముందు అన్నట్టు ఒక్కొక్కరు బయటకు వస్తున్నారు.

డప్పుల మోత మోగుతూనే ఉంది...

“మన నలభై ఒకటో వార్డు అమ్మలకు, అయ్యలకు మా విన్నపం. ఈరోజు రాత్రి ఏడు గంటలకు వీధి సివార ఉన్న మర్రి చెట్టు కాడ రాబోయే ఎలచ్చన్ల గురించి మన సత్యం మాస్టారు, కొంతమంది పెద్దలు పెట్టే మీటింగ్ కు మీరంతా రావాలండోయ్... !” అంటూ దండోరా వేస్తూ ముందుకు సాగాడు డప్పు సాయిగాడు.

“ఇదేమిద్దూరం బాబూ! సత్యం మాస్టర్ ని మనం నామినేషన్ వేయమంటే వేయనన్నారు. ఆయనే మీటింగ్ పెట్టడం ఏంటి... ?” ఒక కుర్రాడు అనుమానం వ్యక్తపరిచాడు ఓ పెద్దాయనతో.

"అదేంటో ఈ రాత్రికి తెలుస్తుంది కదా. ఈ లోపు నీకు కంగారెందుకు రా” అంటూ భుజం తట్టారు ఆ పెద్దాయన.

రాత్రి ఏడు గంటలు అయింది... !

వీధి చివరన మర్రి చెట్టు కాడ సీరియల్ సీట్ల లైట్లతో ఆకర్షణీయంగా ఉంది. మైక్ లో పాటల మోత హెూరెత్తి పోతుంది.

ఆ ప్రదేశమంతా ఆ వార్డు ప్రజలు చోటు చేసుకున్నారు.

ఇంతలో నలుగురు పెద్దలతో సత్యం మాస్టారు అక్కడకు వచ్చేసరికి ప్రశాంతంగా మారిపోయింది ఆ ఆవరణం.

వాళ్లు స్టేజి మీద ఎక్కి కుర్చీల్లో ఆసీనులయ్యాకా... "ఇప్పుడు మన సత్యం మాస్టారు రాబోయే ఎలక్షన్ల గురించి ఎవరికి ఓటు వేస్తే బావుంటుందో ముందుగా చెబుతారు" అంటూ మైకులో అనౌన్స్ చేసాడు ఓ యువకుడు. సత్యం మాస్టారు లేచి నుంచుని గొంతు సవరించుకున్నారు.

"ఈ వార్డు ప్రజలకు నా ధన్యవాదాలు...! ఎందుకంటే వార్డు కౌన్సిలర్ గా నన్ను పోటీ చేయమని కొంతమంది పెద్దలు ప్రోత్సహించారు. అయితే రాజకీయాలంటే బొత్తిగా కిట్టదు నాకు. అయినా ఆ విషయం మీ అందరికీ తెలియ చెప్పాలనే నా ఉద్దేశ్యం. మన ఓటు చాలా పవిత్రమైనదని మీకు కూడా తెలుసు. ఇది ఎందుకు గుర్తు చేయాల్సి వచ్చిందంటే మనం ఎన్నుకోబోయే నాయకుడు మనకందరకూ అందుబాటులో ఉండి మన కష్టనష్టాలు తెలుసుకోవాలి. వాటి పరిష్కారం కోసం నడుం బిగించి వార్డు అభివృద్ధికి కంకణం కట్టుకున్న వాడై ఉండాలని నా ఉద్దేశ్యం. అటువంటి వ్యక్తిని ఎన్నుకున్నప్పుడే మన ఓటు కు పవిత్రత చేకూరేది."

"అందుకే ఇప్పుడు మనం గమనించాల్సింది ఈ ఎన్నికల రంగంలో ఎంతమంది అభ్యర్థులు ఉన్నారు? వాళ్ల మంచిచెడ్డలు ఏమిటి? అని ఆలోచించాలి."

"గతం ఎలక్షన్స్ లో లాగే ఈసారి కూడా పాత అభ్యర్థులే అయిన రాజారావు, సుబ్బారావులే నుంచున్నారన్న సంగతి మీ అందరికీ తెలిసే ఉంటుంది. వాళ్ళను బట్టి ఈసారి ఏ అభ్యర్థిని ఎన్నుకుంటే బావుంటుందో... సులభంగా తెలుసుకోవచ్చు. వాళ్ళిద్దరూ మన వార్డు కోసం ఏమి చేశారో గమనిస్తే...

"పోయినసారి రాజారావు సుబ్బారావు మీద అత్యధిక మెజారిటీతో గెలుపొంది ఈ వార్డు కౌన్సిలర్ అయ్యారు. అయితే తన బాధ్యతను సక్రమంగా నెరవేర్చకుండా మనకందరకూ తీరని ద్రోహమే చేశారనడంలో సందేహం లేదు.

వరదలొచ్చినా, తుఫానులొచ్చినా, కష్టమొచ్చినా ప్రజల మొర ఆలోచించకుండా మనిషి జాడే లేకుండా పోయేవాడు. కానీ సుబ్బారావు అలా కాదే...

ఎలక్షన్ లో ఓడిపోయినా నిరంతరం వార్డు అభివృద్ధి కోసం కృషి చేశాడు

ఓ సామాన్య కార్యకర్తగా. అటువంటి వ్యక్తి చేతిలో మన ఓట్లను ధార పోసి కౌన్సిలర్ గా చేస్తే మన సమస్యలు గట్టెక్కుతాయి అనే నమ్మకం నాకుంది. కాబట్టి.. నేను మరికొందరు పెద్దలు కలసి పోటీలో ఓ అభ్యర్థి అయినా సుబ్బారావునే బలపరుస్తున్నాము. మీరు కూడా సరైన నిర్ణయం తీసుకుని మాతో ఏకీభవిస్తే సుబ్బారావు ఈ వార్డు కౌన్సిలర్ కావడం పెద్ద

కష్టమేమీ కాదు. అందుకే సరైన నిర్ణయం చేసుకొని ఓటు చేస్తారని కోరుతూ సెలవు తీసుకుంటున్నాను" అంటూ ఉపన్యాసం ముగించారు సత్యం మాస్టారు.

ఆ తర్వాత...

ప్రజాబలంతో ఆ వార్డు కౌన్సిలర్ గా సుబ్బారావు అత్యధిక మెజార్టీతో గెలిచాడు ఎలక్షన్స్.

ఇప్పుడు ప్రజలకు కష్ట నష్టాలు సంభవిస్తే సహకరించేది కౌన్సిలర్ సుబ్బారావు కాదు. ఎలక్షన్స్ లో ఓడిపోయిన మాజీ కౌన్సిలర్ రాజారావే.

ఇదీ నేటి రాజకీయం... !!

–(ఈనాడు దినపత్రిక, 29 అక్టోబర్ 1990)

నాడు-నేడు

మూర్తి, పద్మ ముచ్చటైన జంట. వారికి రత్నాల్లాంటి ఇద్దరు బిడ్డలు. పాపా, బాబు.

పిల్లలిద్దరికీ ఎవరెక్కువ ఇష్టమో తెలుసుకోవాలనే సందేహం పుట్టింది ఆ దంపతులిద్దరికీ. అలా రావడమే తరువాయి... పిల్లలిద్దర్నీ ఇంట్లోకి రమ్మని పిలిచారు. వీధిలో తోటి స్నేహితులతో ఆడుకుంటున్న ఇద్దరూ పరుగు పరుగున వచ్చేసారు. "మిమ్మల్ని ఒకటడుగుతాం. నిజం చెప్పండ్రా... !" పిల్లలిద్దర్నీ దగ్గర కూర్చోబెట్టుకుని అడిగాడు మూర్తి.

"ఓ... అలాగే!" ఏక కంఠంతో నిర్ణయానికి వచ్చారు నాని, చిట్టి. "మా ఇద్దరిలో మీకెవరంటే ఎక్కువ ఇష్టం... ?" ముఖం విప్పార్చుకుని అడిగింది పద్మ

"నాకు అమ్మంటేనే ఇష్టం. అమ్మేది చెప్తే అదే వింటాను" చంకన చేరి... తల్లిని వాటేసుకుంది చిట్టి.

"నాకు నాన్నంటేనే ఇష్టం. నాన్నేది చెప్తే అదే చేస్తాను" అంటూ తండ్రిని వాటేసుకున్నాడు నాని.

"నాతల్లే నాతల్లే... ! నిన్ను డాక్టర్ని చదివిస్తా... !" క్రీగంట భర్తను చూస్తూ... ముద్దులతో నింపేసింది కూతుర్ని పద్మ.

"నా తండ్రే... నిన్ను ఇంజనీరు చదివిస్తా... !" భార్యను అనుసరించి... చిలిపిగా నవ్వుతూ ముద్దులతో నింపేశాడు కొడుకుని మూర్తి.

★★★

"ఏమండీ... ! చిట్టి ఎంత పనిచేసిందో చూసారా... ? ఇలా చేస్తుందని కలలో కూడా ఊహించలేదండీ. మనిద్దరినీ కాదని, అది ప్రేమించిన వాడితో లేచిపోయింది. డాక్టర్ని చేయాలని కష్టపడి దాన్ని చదివిస్తే... తల్లీ తండ్రీ అనే అభిమానం కూడా లేకుండా...

మనిద్దరినీ నానా మాటలూ అని తెగతెంపులు చేసుకొని దాని దారది చూసుకుంది." భర్త అక్కున చేరి... వలవలా ఏడుస్తుంది పద్మ.

"ఊరుకో... పద్దూ... ! బాధపడకు. నానిగాడు మాత్రం ఏం చేశాడు? ఇంజనీరు అయ్యాడు కదాని, వాడిని మనం ఆశ్రయిస్తే, ముఖం మాడ్చుకున్నాడు. కని పెంచామనే మమకారం కూడా లేకుండా... ఓ పనిమనుషుల్లా చూసాడు.

వాళ్ళు ఎప్పుడో మన చేయి దాటిపోయరన్న సంగతి ఆలస్యంగా తెలుసుకున్నాము. ఈ ముసలి వయసులో కడుపుకోత పెట్టిన వీళ్ళిద్దరూ చిన్నప్పుడు భావి జీవితం గురించి చెబుతూ... మనలో ఆశలు రేపిన వాళ్ళేనా వీళ్ళనిపిస్తుంది. పోనీలే పద్దూ... నేను నీకూ... నాకు నువ్వూ అంతే ఋణపడి ఉన్నాం. వాళ్ళు మనకి ప్రాప్తం లేరనుకోవాలి." భార్య కన్నీళ్లు తుడుస్తూ ఓదార్చారు మూర్తి.

నాడు పిల్లల పసితనమప్పుడు నిత్య కళ్యాణం పచ్చతోరణంతో కళకళలాడే మందిరంలా...సుఖసంతోషాలకు నిలయమైన ఆ ఇల్లు నేడు చెల్లాచెదురై పోయిందనే ఆవేదనతో... వారిద్దరి మనసులు మౌనంగా ఆక్రోశిస్తున్నాయి... !

–(స్వాతి సపరివారపత్రికలో 'బాపూబొమ్మ' శీర్షికన 13.03.87)

దేవలోక స్వప్నం

దేవలోకం కూడా భూలోకంలాగే తయారయ్యింది. ఎక్కడ చూసినా ఎడతెరిపిలేని దేవతలు పుట్టుకొస్తున్నారు. అందుకేనేమో... భూలోకంలో ప్రజలు పూజించడానికి కొత్తకొత్తగా దేవుళ్ళు వెలుస్తున్నారు. కొత్త తరం దేవుళ్ళని పట్టుకుని ... రాను రాను మాలాంటి పాత తరం వాళ్ళని పూజించడం కూడా మానేస్తున్నారు. అంతే కాకుండా... మాలాంటి వాళ్లకు పెట్టాల్సిన నైవేద్యాలు కూడా కొత్త దేవుళ్ళే ఆరగించేస్తున్నారు. ఇలాగైతే... మాలాంటి వాళ్ళ పరిస్థితి ముందు ముందు ఎలా ఉంటుందో... ? ఇక్కడ కూడా ఆకలికి నకనకలాడాల్సిందేనా... ? దేవేంద్రుల వారికి దేవతల్ని ఎలా అరికట్టాలో పెద్ద సమస్యగా తయారయ్యింది.

ఈ విషయమై ఆలోచిస్తూ... దేవలోకంలో దేవేంద్రుడు విచారంగా కూర్చుని ఉన్నాడు. దేవేంద్రులవారి దిగులుకు కారణమడిగాడు నారదుడు.

"నారదా... పుట్టుక లే గాని మరణాలు లేని ఈ దేవలోకంలో రోజు రోజుకి జనాభా పెరిగిపోతుంది. దీనిని అరికట్టే మార్గమేమీ తోచడం లేదు. ఇలాగైతే ముందు ముందు ఈ దేవలోకానికి కూడా సుఖశాంతులు కరువవుతాయని నా చింత." అని దేవేంద్రుడు తన గోడుని వివరించాడు.

అది విని నారదుడు చిరునవ్వు నవ్వాడు. "దేవేంద్రా... నాదో చిన్న మనవి. ఈ ముల్లోకాలన్నిటిలోనూ భూలోకమే కీర్తినార్జించిందనడంలో సందేహం లేదు. దేవతల కంటే

అక్కడున్న మానవులే అన్నిటిలోనూ ముందదుగ్గై ఉన్నారు. వారు తల్చుకుంటే... ఏ పనైనా చేయగలరు. భూలోకం నుంచి చంద్రమండలానికి ఎగిరే యంత్రాలను కనిపెట్టడమే కాదు... ఇప్పుడు అందరూ గుప్పెట్లో ఇంకిపోయే చరవాణుల్లో ప్రపంచాన్నే చూసేయగలుగుతున్నారు. పెరుగుతున్న జనాభాని అరికట్టడానికి... పిల్లలు కలగకుండా స్త్రీకి గానీ.. పురుషునికి గానీ.. చేస్తున్న శస్త్ర చికిత్సల్లో కూడా ఆరితేరి ఉన్నారు కాబట్టే... భూలోకమంతా మనుష్యులతో కిక్కిరిసిపోకుండా... కొంతలో కొంతైనా కాపాడుకుంటున్నారు.

మన లోకానికి పట్టిన ఈ సమస్య పోవాలంటే భూలోకంలోని మానవ వైద్యం పొందడం తప్ప మరో దారి లేదు" అని నారదుడు తన మాటగా చెప్పాడు. నారదుని మాటలకు దేవేంద్రుడు మిక్కిలి ఆశ్చర్యపోయి...

"నారదా... మీరు చెప్పినట్లుగా.. ఈ దేవలోకం లో కూడా అటువంటి శస్త్రచికిత్సలు అవసరం అనిపిస్తుంది. అయితే... ఇక్కడ స్త్రీలు సుకుమారులు, కోమలాంగులు కాబట్టి వారికి కాకుండా... అలాంటి శస్త్రచికిత్సలేవో కండబలం గుండెబలం గల మనలాంటి బలశాలులమే చేయించుకోవడం శ్రేయస్కరం. తక్షణం శస్త్ర చికిత్స చేసే వైద్యుడ్ని తీసుకురండి... " అంటూ దేవదూతల్ని భూలోకం పంపించాడు.

భూలోకం చేరుకున్న దేవదూతలు దేవలోకానికి తీసుకువెళ్లే ఆ వైద్యుడికి దేవతలు అంటే గౌరవం ఉండి పుణ్యం గట్టుకుని ఉండాలనే అభిప్రాయంతో... ఎంతో భక్తిగా పూజ మందిరంలో పూజ చేసుకుంటున్న డాక్టర్ మన్మధరావుని సెలెక్ట్ చేసుకుని... విషయమంతా చెప్పి ఉన్నపళంగా బయలుదేరమన్నారు.

దేవేంద్రుని ఆహ్వానానికి మన్మధరావు ఎంతో ఆనందంతో తబ్బిబ్బయి తన మెడికల్ కిట్టునందుకుని... దేవలోకం చేరుకున్నాడు. దేవేంద్రుని ఆజ్ఞతో పురుష దేవతలందరికీ సంతాన నిరోధక ఆపరేషన్లు విజయవంతం గా ముగించాడు. మన్మధరావు చేసిన సహాయానికి దేవేంద్రుడు మెచ్చి... "మాకింత సహాయం చేసిన

నీ మేలు మరువలేము. మా తృప్తికోసం నీకు ఏమి కావాలో కోరుకో" అంటూ అడిగాడు.

దేవలోకాన్ని చూసి ముచ్చటపడిన మన్మధరావుకి అక్కడ నుంచి కదలబుద్ధి కాలేదు. ఆ దేవలోకంలోని రంభ, ఊర్వశి, మేనకల్లాంటి సౌందర్య రాశుల్ని ... భూలోకాన కలలో కూడా కనలేము. రసికత ఒలికించే ఆ వగలాడుల సరసన మూడు నిద్రలైనా గడపందే అక్కడ నుంచి కదిలి వెళ్లకూడదనుకున్నాడు. ఆ ముగ్గురూ కూడా మానవమాత్రుడైన తనకేసి క్రైపుగా చూడ్డం తాను గమనించకపోలేదు. అదే అదనుగా చేసుకుని.... .

"స్వామీ... అడిగారు కాబట్టి మనసులో మాట చెప్తున్నా... రంభ, ఊర్వశి మేనకలతో మనసారా గడిపాలని.... వారి సాంగత్యానికై నా తనువు తహతహలాడుతోంది. నా ఈ కోరికను అనుగ్రహించండి..." అని ఎంతో ఆశగా కోరాడు.

మన్మధరావు కోరిక విని... దేవేంద్రుడు ఉలిక్కిపడ్డాడు. ఇతన్ని చూస్తుంటే స్త్రీల పిచ్చివానివలె తోస్తుంది అనుకుంటూ... "ఇంతకీ మా అందరికీ చేసినట్టే నువ్వు కూడా శస్త్ర చికిత్స చేయించుకున్నావా... ?" సందేహంగా అడిగాడు దేవేంద్రుడు.

"అబ్బే ఇంకా లేదని సిగ్గు పడుతూ చెప్పాడు మన్మధరావు.

అయితే.. నీవంటి వాడు మాలోకాన ఉండిపోవడం చాలా హానికరం... ప్రమాదకరం. మేము ఆశించింది పోయి... నీవల్ల ఇక్కడ దేవతలు బదులు మానవులు జన్మిస్తారు. తక్షణం ఈ మానవ వైద్యుణ్ని భూలోకంలో పడేయమని ఆజ్ఞాపించాడు దేవేంద్రుడు.

ఇది అన్యాయం దగా అని మన్మధరావు ఎంత ఘోషించినా వినిపించుకోకుండా, దేవతలు దేవేంద్రుని ఆజ్ఞను శిరసావహిస్తుంటే... " అమ్మో... నన్ను భూలోకంలో పడేయకండీ... !" అంటూ గట్టిగా అరిచాడు మన్మధరావు.

తన అరుపుకు తనే స్వప్నలోకం నుంచి తుళ్ళిపడి లేచాడు... డాక్టర్ మన్మధరావు..!!

–(స్వాతి సపరివారపత్రికలో బాపూ బొమ్మ శీర్షికన 25.05.90)

స్టాటస్

'అమెరికా నుంచి ఉన్నత విద్యను పూర్తి చేసుకుని స్వదేశానికి తిరిగి వస్తున్న సందర్భంగా మిస్ భాగ్యం గారికి మా హృదయపూర్వక శుభాకాంక్షలు' దినపత్రిక తిరగేస్తూ... ఆప్రకటన చూసి... ఎంతో ఆనందంతో తబ్బిబ్బయ్యింది విజయ.

ఆ విషయాన్ని మరో స్నేహితురాలు ప్రసన్నకు చెప్పడానికి పక్కనే ఉన్న పబ్లిక్ టెలీఫోను దగ్గరకెళ్లింది.

స్నేహితురాలు గొంతు వినబోతున్నాననే ఉత్సుకత కూడా ఎక్కువై... .అటువైపు ఫోనెత్తగానే... " హలో ప్రసన్నా నేనూ విజయను మాట్లాడుతున్నాను" అంది ఎంతో సంతోషంగా.

"హ... ఏంటి చెప్పు... ?" స్నేహితురాలి పలకరింపులో ఆప్యాయత కనిపించలేదు సరికదా... విసుగుతో కూడిన ధ్వని తెలుస్తూనే ఉంది. అయినా పెద్దగా పట్టించుకోలేదు విజయ.

"అదే ప్రసన్నా... మన భాగ్యం అమెరికా నుంచి వస్తోందని పేపర్లో ఇప్పుడే చూసాను. దాన్ని చూసి చాలా రోజులైపోయింది. మనిద్దరం ఎయిర్ పోర్టుకెళ్ళి రిసీవ్ చేసుకుందామా... ?" స్నేహానికి తానిచ్చే విలువేమిటో ఆమె మాటల్లోనే వెలిబుచ్చింది విజయ.

విజయ మాటలు విన్న... ప్రసన్న ఒక్కసారిగా చిరాకుపడింది. "నువ్వు వెళ్తే వెళ్ళు. నాకు వేరే పనులున్నాయి" అంటూ తాను రానన్నట్టు కచ్చితంగా చెప్పేసి ఫోను పెట్టేసింది ప్రసన్న.

స్నేహితురాలు చిరాకుకు కారణం మాత్రం తెలియలేదు విజయకు.

★★★

ఆతృతగా ఎయిర్ పోర్టు దగ్గర దిగి ఆటోకి బిల్లు పే చేస్తున్న విజయ చిర్రుబుర్రులాడుతూ కార్ స్టార్ట్ చేసి వెళ్లిపోతున్న ప్రసన్నను చూసి అవాక్కయ్యింది. తనకు రానని చెప్పి మళ్లీ ఎందుకొచ్చిందో ... ? ఆమె కోపానికి కారణం ఏమిటో... ? ఎంత ఆలోచించినా అర్థం కాలేదు. "ప్రసన్నా ప్రసన్నా" అని పిలుస్తున్నా... పట్టించుకోకుండా వెళ్ళిపోయింది.

తనను పట్టించుకోని ప్రసన్న గురించి ఆలోచిస్తూ కూర్చుంటే... ఎయిర్ పోర్టు నుంచి బయటకు వస్తున్న భాగ్యం ఎక్కడ మిస్సై పోతుందోనని.. అటుగా దృష్టి సారించిన విజయ కళ్ళు ఒక్కసారిగా తళుక్కుమన్నాయి.

వ్యాపార రంగంలోని పెద్ద పెద్ద వాళ్ల దగ్గర నుంచి సగౌరవంగా అభినందనల పూల గుత్తులు అందుకుంటూ.. భాగ్యం.

స్నేహితురాల్ని ఆనందంతో కావలించుకోవాలని చూసిన విజయను చూసీ చూడనట్టు తప్పించుకు పోతున్న భాగ్యం వైఖరికి నీరుగారిపోయింది.

క్షణకాలం క్రితం ప్రసన్న ఎందుకంత కోపంగా వెళ్లిపోయిందో... ఇప్పుడర్థమయ్యింది. తనకు జరిగిన అవమానమే ఆమెకు కూడా జరిగుంటుందని ఊహించి విరక్తిగా నవ్వుకుంది.

నిరుత్సాహంగా వెనుతిరిగిన విజయకు... ఆనాటి కాలేజీ రోజుల్లో ముగ్గురూ చెట్టాపట్టాలేసుకుని తిరిగిన వారి స్నేహం కళ్ళముందు కదలాడింది. ప్రాణ స్నేహితులై ఎన్నో కబుర్లాడుతూ కాలం గడిపిన వాళ్లేనా వీళ్ళు... ? అంతస్తుల్లో

తేడా ఉంటే అంతరాలు కూడా మారిపోతాయా... ? అహంకారానికి పోయి విలువైన స్నేహాన్ని కాలదన్నడం అవివేకం ఏమైనా ఉంటుందా... ? మనసంతా ఒకటే వేదనతో అలజడిగా తయారయ్యింది.

జీవితాంతం మన స్నేహం ఇలాగే అన్యోన్యంగా నిలిచుండాలని చేసుకున్న వాగ్దానాలు తుడిపేసి... ఒకరు విమానాల్లోనూ... ఒకరు కారుల్లోనూ తిరుగుతూ ఒకరికి మించి ఒకరు స్టాటస్ తో పోటీ పడుతూ... . ఆనాడు నాతో పాటూ కాలినడకన నడిచిన నేస్తాలు మాత్రం వీరు కాదని భారంగా నిట్టూర్చింది విజయ.

స్నేహం త్యాగాన్నే కాదు... ఒక్కొక్కసారి వారి మధ్య స్టేటస్ కూడా మనుషుల్ని దూరం చేస్తుందనిపిస్తుంది ఈ ముగ్గురు ప్రవర్తనల బట్టి... !!

– (స్వాతి సపరివారపత్రికలో బాపూబొమ్మ శీర్షికన 15.04.90)

విషవలయం

బారెడు పొద్దెక్కింది... !

అనారోగ్యంతో ఎటూ కదలలేక... మంచం మీదే చేరగిలబడి ఆలోచిస్తున్నాడు గంగన్న. అతని మనసులో గతం మిగిల్చిన జ్ఞాపకాలు, దరిద్రం మిగిల్చిన అసంతృప్తి .. మనసుని కుదిపేస్తున్నాయి. జీవితంలో అనుభవించిన సంతోషాలంటూ ఏమీ లేకపోయినా... ముందుముందైనా... ఏదో ఒకనాడు... తనకు మంచి జరుగుతుందనే ఆశతో వున్నాడు.

ఆ ఆశ తలపుకు రాగానే... మంచం పక్కనే ఉన్న మనుమరాలు లక్ష్మిని చూసాడు.

నాలుగో తరగతి చదువుతున్న లక్ష్మి పుస్తకాల్ని ముందేసుకుని... రేపు రాయబోయే పరీక్షకోసం చదువుకుంటుంది.

అలా ఏకాగ్రతతో చదుకుంటున్న మనుమరాలిని..ఆ కుక్కిమంచంలోనే పడుకుని ఆప్యాయంగా చూస్తున్నాడు. కట్నం పీడతో చనిపోయిన కూతుర్ని మనుమరాల్లో చూసుకుంటున్నాడు. మంచి మార్కులతో క్లాసు ఫస్టు వచ్చే లక్ష్మిని పెద్ద చదువులు చదివించాలని కలలు కంటూ ఉంటాడు. ఆ కలలు నెరవేరకుండానే తనువు చాలించేలా వున్నాడు.

ఉండుండి మెలితిప్పుతూ వస్తున్న కడుపునొప్పిని తాళలేక అటుగా తిరిగి పడుకున్నాడు. ఈమధ్య గంగన్న ఆరోగ్య పరిస్థితి మరీ దిగజారుతుంది. తన తండ్రి చేసిన అప్పుల ఫలితం తాననుభవిస్తున్నాడు.

తాను కామందు నాగరాజు దగ్గర పసివయసు నుంచి ఈ వయసు వరకూ పనిచేస్తున్నా... తండ్రి చేసిన అప్పు ఇంకా తీరనేలేదంటాడు. నాగరాజు అప్పు ఎప్పటికి తీరుతుందోనని బెంగ మరికాస్త ఎక్కువయ్యింది గంగన్నకు.

వారం రోజులబట్టి పనిలోకి రాకపోవడంతో... గంగన్న విషయం తెలుసుకున్నాడు నాగరాజు. అతని ఆరోగ్య పరిస్థితి క్షీణించినదని తెలియగానే... అతని గుండెల్లో రాయి పడ్డట్టయ్యింది. తనకు ఇంకా తీర్చాల్సిన బాకీ సంగతేమిటో తెలుసుకోడానికి గంగన్న ఇంటికి వెళ్ళాడు.

మంచం మీద వున్న అతని పరిస్థితి చూస్తుంటే... తన బాకీ ఇక తీరే మార్గం లేదనుకున్నాడు. నాగరాజు వచ్చిన విషయం కూడా గంగన్నకు అర్థమయ్యింది.

"అయ్యగారూ... ! చూశారుగా నా పరిస్థితి. రోజురోజుకీ ప్రాణం తోడేస్తుంది ఈ కడుపునొప్పితో. మీకు నేనిక ఎలాంటి బాకీ తీర్చుకోలేను. నా శక్తి ఉన్నంత వరకూ తీర్చాను. దానితో తీరిపోయిందనుకుని... నా మనుమరాలికి ఇంత తిండిపెడుతూ... దాన్ని కొద్దిగా చదివించండయ్యా... " అంటూ అర్థించాడు.

"బాగుందయ్యా గంగన్నా... ! నీ కిచ్చే కూలిడబ్బుల్లో... ఓ వంద రూపాయలు తగ్గించి ఇచ్చినంత మాత్రాన్న నీ బాకీ తీరిపోయిందని ఎలా అనుకోగలను... ? నీలాంటి వాళ్ళను దయతలుస్తూ పోతే... చివరికి నేను చిప్ప పట్టుకుని అడుక్కోవాల్సి వస్తుంది. నాకు మరీ అంత దయా గుణం లేదు గానీ... నువ్వడిగావు కాబట్టి... నీ మనుమరాలికి ఇంత కూడు పెడుతూ ఇంట్లో పనికి పెట్టుకుంటాను. దానితో నాకు మీరివ్వాల్సిన బాకీ ఎంతో కొంత తీరుతూ ఉంటుంది... " అంటూ ధన దాహంతో లక్ష్మి జీవితాన్ని కూడా విష వలయం చేయాలనుకుంటున్న కామందు నాగరాజు మాటలను తట్టుకోలేకపోయాడు గంగన్న.

అప్పు తీర్చాల్సిన వాళ్లపై జాలిపడితే... ముమ్మందు చిప్ప పట్టుకోవాల్సి వస్తుందన్న అతని ముందుచూపుని ఎవరుమాత్రం హర్షించగలరు... ? బాకీలు వసూలు చేసుకోవడంలో నాగరాజుకున్న విద్యే అది... !!

5.2.88 స్వాతి వారపత్రికలో బాపూ బొమ్మ శీర్షికన ప్రచురించారు

సాని బేరం

అమావాస్య... అర్థరాత్రి పన్నెండు గంటల సమయం!

"ఏయ్ రిక్షా అబ్బాయి వస్తావా... ?" నెమ్మదిగా పిలిచి అడిగాడు శ్రీధర్. "వస్తానండయ్యా... ! ఆ రోడ్డున పోతున్నవాడల్లా... రిక్షా దిగుతూ సంసిద్ధుడయ్యాడు.

"నేను ఈ ఊరికి కొత్త. నాకీ రాత్రికి తోడు కావాలి. ఎక్కడైనా సరే... మంచి పిల్లలున్న సానిపేటకు తీసుకెళ్లాలి" రహస్యంగా అడిగినట్టు అడిగాడు శ్రీధర్.

"ఎక్కండయ్యా... !" అంటూ రిక్షా వాడు ముసిముసిగా నవ్వుకున్నాడు. నిర్మానుష్యంగా ఉన్న ఇరుకు సందుల్లోని గతుకులను దాటుకుంటూ... సాగిపోతున్న రిక్షా... ఓ ఇంటిముందు ఆగింది.

"దిగండయ్యా... ! మీరడిగిన స్వర్గానికి దారిదే. ఈ ఇంటి గోడవారగా లోనికెళ్తే... అక్కడున్న ఇంట్లో మీక్కావాల్సిన పిట్టలుంటారు." శ్రీధర్ అందిస్తున్న పది నోటును అందుకుంటూ చెప్పాడు పోలయ్య.

★★★

శ్రీధర్ మంచి రసపట్టులో ఉండగా... టక్ టక్ మని కొడుతున్న తలుపు శబ్దం వినిపించే సరికి... శ్రీధర్ తో సహా... ఒడిలో ఉన్న భామామణి కూడా ఉలిక్కిపడింది. ఏ దారీ లేని వారిద్దరికీ మరిక ఆ తలుపు తీయక తప్పలేదు. ఎదురుగా... ఖాకీ చట్టపు హుందాని కనబరుస్తూ నిలుచున్న ఎస్.ఐ. గారిని, కానిస్టేబుల్ని చూసి హడలిపోయారు.

కానిస్టేబుల్ భుజం తడుతూ... మెచ్చుకోలుగా చూసాడు ఎస్.ఐ.

"నువ్వు చెప్పింది నిజం... ! ఎప్పటికప్పుడే మనకళ్ళు కప్పుతూ నాటకమాడుతున్న ఈ సాని ముండలను పట్టుకోవడంలో నీ తెలివి అమోఘం. ఎలాగైతే రిక్షా లాగి... ఓ కేసును

పట్టుకోగలిగావు. ఈదెబ్బతో నీకు ప్రమోషన్ ఖాయం" అని అంటున్న ఎస్.ఐ గారి మాటలు వినేసరికి, శ్రీధర్ విస్తుపోయాడు.

చీకట్లో సరిగా గుర్తుపట్టని ఆ రిక్షావాడే... తనకు సాని బేరం కుదిర్చిన పోలీస్ కానిస్టేబుల్ అని తెలిసాక!

-(స్వాతి సపరివారపత్రికలో బాపూ బొమ్మ శీర్షికన 10.04.87)

ప్రేమ – పెళ్లి

'అమ్మా... వసంతా!"

తండ్రి పిలుపుతో పరధ్యానంగా కూర్చున్న వసంత ఉలిక్కిపడింది. "ఉదయాన్నే నీకోసం పెళ్ళి వారొస్తున్నారు. కాస్త తొందరగా లేచి ముస్తాబు అవ్వు" అంటూ పక్క గదిలోకి వెళ్ళిపోయాడు హనుమంతరావు.

తండ్రి చెప్పిన ఆ మాటకు వసంతకు షాక్ కొట్టినట్టయ్యింది.

'రాత్రి... పక్కింటి ప్రసాద్ దొడ్డివైపు గోడ దూకి వచ్చి నాతో మాట్లాడుతుండగా... కోడి కూసిన కూతతో... నాన్నగారు లేచిన అలికిడి అయితే... తొందరచేసి పంపించేసాను. బహుశా... మమ్మల్ని అప్పుడే చూసుండాలి. అందుకే ఇంత హఠాత్తుగా ఈ వార్త నా చెవిన పడేసారు... " నిన్నటి సంఘటనను తలచుకుంటూ... తండ్రి ఆంతర్యాన్ని పసిగట్టింది వసంత.

రాత్రంతా బాగా ఆలోచించి... ఒక స్థిర నిశ్చయానికి వచ్చింది. తెల్లారింది.... .

ఇంకా దుప్పటి ముసుగులోనే పడుకుని ఉన్న కూతురిని... ఆప్యాయంగా తట్టి... "లెగమ్మా... ! ఇంకా పడుకునే ఉన్నావా? మరో గంటలో పెళ్ళి వారు వచ్చేస్తారు" అంటూ తొందర చేసాడు హనుమంతరావు. తండ్రి ఎంత చెప్పినా... ఆ పెళ్లి వద్దనే మంకుబట్టు వదలడం లేదు వసంత.

"కుర్రాడు కూడా చాలా అందగాడు. ఓసారి నువ్వు చూస్తే కాదనవు.

కావాలంటే ఈ కవర్లో ఉన్న ఫోటో చూసాక... నీ నిర్ణయం చెప్పు" అంటూ అక్కడినుంచి వెళ్ళిపోయాడు హనుమంతరావు.

తండ్రి అందించిన ఆ కవర్‌ను కోపంతో విసురుగా గిరాటేసింది వసంత. ఆ కవర్ లోంచి జారి అల్లంత దూరాన పడిన ఆ ఫోటో చూడగానే... ఆశ్చర్యంతో వసంత కళ్ళు పెద్దవయ్యాయి.

'ప్రసాద్...!' మనసులో ఎంతో తీయగా అనుకుంటూ... ఆ ఫోటోను తన్మయంగా ముద్దుపెట్టుకుంది.

గుమ్మంలోంచి ఆ దృశ్యాన్ని చూసిన హనుమంతరావు నవ్వుతూ కూతురు దగ్గరకు వచ్చి... వసంత తలపై చేయి వేస్తూ... "మీ ప్రేమాయణం నాకెప్పటినుంచో తెలుసమ్మా! తల్లిలేని ఒక్కగానొక్క కూతురి మనసు నొప్పించే పని చేయడమ్మా ఈ తండ్రి. నాక్కూడా నీకు నచ్చిన ప్రసాద్ నే నీవాడిగా చేయాలనే ఉద్దేశ్యం నాకూ ఉంది. ప్రసాద్ నాన్నగారితో అన్ని విషయాలూ మాట్లాడాను. మీ క్షేమం కోసం... ఇప్పుడే నిశ్చయ తాంబూలాలు తీసుకుందామని తొందర చేసాను.

కనుక... కోడి కూతతో నేను లేచానని... హడావిడిగా గోడ దూకి పారిపోయే ప్రసాద్ ని ఇకనుంచి అలా రావద్దని చెప్పు. పెళ్లికి ముందు ఏ కాలో, చేయో విరిగిపోగలవు. నిక్షేపంగా వీధి దారంపట రమ్మని నా మాటగా చెప్పు. అయినా నిద్రపోకుండా తెల్లవార్లూ మీకేం మాటలుంటాయమ్మా... " అంటూ హనుమంతరావు హాస్యమాడే సరికి... సిగ్గుతో తల దించుకుంది వసంత.

-(స్వాతి సపరివార పత్రికలో సినిమా బొమ్మకు రాసిన ఈ కథ 13.04.90)

కుటుంబ గణితం

'తల్లీ తండ్రీ' అనే బంధం బిడ్డలకు జన్మనిస్తే వచ్చేది. ఆ సంతోషం అంతా ఇంతా కాదు. బిడ్డల వల్ల కలిగిన ఆ ఆనందం ... ఆ బిడ్డల వల్లే వృద్ధాప్యాన కోల్పోతామెందుకో అర్థంకాదెప్పటికీ... !!

ఆకాష్ ఆఫీస్ నుంచి ఇంటికి వచ్చాడు.... !

అలసటగా కుర్చీలో కూర్చున్న భర్తకు మంచి నీళ్ల గ్లాసు నందించి తానూ ఆ పక్కనే కూర్చుంది భూమిక.

పర్సు లోంచి ఆ నెల జీతమందుకున్న నోట్ల కట్టను తీసి భార్యకు అందిస్తూ..." ఇదిగో ఎప్పట్లాగే నీ చేతిలో పెడుతున్నా... ఈ నెల ఖర్చులు పోను మిగిలిన డబ్బును ఏ విధంగా ఆదా చేస్తావో మరి" అంటూ... ఆ నెల తన బాధ్యతను నెరవేర్చాడు ఆకాష్.

భూమిక ఆ డబ్బునందుకుని... చిన్నగా నవ్వింది. "మీరు అంతగా నాకు చెప్పాలటండీ..మీరు జీతం తెచ్చి నా చేతిలో పెడుతూ పదేళ్లుగా ఇదే మాట అంటున్నారు . ఏం చేయాలో ఎలా చేయాలో నాకు బాగా తెలుసండీ." డబ్బును బీరువాలో భద్రపరుస్తూ చెప్పింది .

ఏ నెలకానెల సంపాదించే ఆకాష్ సంపాదన ఆ కుటుంబానికి ప్లస్(+) అనే అనుకోవాలి.

★★★

"అమ్మగారూ... ఓ అయిదు వేలు అప్పివ్వరూ... ?" ఎప్పటిలాగే మళ్లీ అప్పు

అడిగాడు పాలు పోసే రాముడు.

కాదనలేదు – తీసుకొన్న అప్పుకు ప్రతిఫలంగా వడ్డీతో సహా ఎప్పటికప్పుడు తీర్చేసే ఆ రాముడంటే అభిమానం భూమికకు.

ఆపదలో ఆదుకునే భూమికకు దండం పెడుతూ ఆ డబ్బు తీసుకుని... సంతోషంగా వెళ్ళిపోయాడు రాముడు.

ఇలా ఆ రాముడు ఒక్కడే కాదు. చాలామంది భూమిక దగ్గర కొచ్చి అప్పు తీసుకుంటూనే ఉంటారు. సకాలంలో వడ్డీలు చెల్లిస్తూనే ఉంటారు. ఎంతో చాకచక్యంగా ఆమె వడ్డీ వ్యాపారం చేయగలుగుతుందంటే... ఆమె యందు అందరికీ భయభక్తులుండబట్టే.

నిజానికి ఆకాష్ కి అంతగా తెలివితేటలు లేవు . ఏదో చేతిలో ఉద్యోగం ఉండబట్టి ఆ నాలుగు రాళ్ళూ సంపాదించ గలుగుతున్నాడు. భూమిక తెలివైనది కాబట్టే పొదుపుగా ఖర్చు చేస్తూ ఏ నెలకానెల డబ్బును సేవ్ చేస్తుంది. ఈ విధంగా వ్యాపారం చేయబట్టి ... ఉండడానికి ఇల్లు.. బ్యాంకుల్లో డిపాజిట్లు... ఇళ్ల స్థలాలు... ఇలా కొంత ఆస్తి నంటూ సంపాదించ కలిగిన ఘనత ఆమెకే దక్కింది. భూమిక తెలివితేటల వల్ల సంపాదించిన ఆస్తి ఇంటూ(X) అనే చెప్పుకోవాలి.

★★★

అమ్మాయికి – అబ్బాయి నచ్చాడు.

అబ్బాయికి – అమ్మాయి నచ్చింది.

ఎటొచ్చీ కట్నాల దగ్గర కూడా ఒప్పందం అయిపోతే వాళ్ళిద్దరి పెళ్లి జరిగి పోవచ్చు.

తమకున్న ముగ్గురు పిల్లల్లో ఇద్దరు అబ్బాయిలు తర్వాత పుట్టిన ఒకే ఒక ఆడపిల్ల యైన శ్రీజకు మంచి సంబంధం చూసి పెళ్లి చేయాలని ఆ కన్నవాళ్ళ ఆత్రం.

అందుకే... ఏరికోరి ఆ సంబంధాన్ని ఎంచుకున్నారు.

మగ పెళ్ళి వారు కట్నం కొంచెం ఎక్కువే అడుగుతున్నారు . అయినా వాళ్ళు అడిగిన కట్నాన్ని ఇవ్వడానికే నిశ్చయించుకుని... తాంబూలాలు మార్చుకున్నారు.

ఎంతో అపురూపంగా పెంచి పెద్ద చేసిన కూతురు మరో ఇంటికి కోడలై పుట్టింటికి దూరమైపోతుందంటే ఏ తల్లిదండ్రుల కైనా మనో క్షోభే. అత్తవారింట తమ కూతురు ఏ విధంగాను కష్టపడకూడదన్న ప్రేమ ఉండబట్టే ... వారడిగిన కట్నానికి లోబడిపోయి... మగపెళ్లి వారిని సంతోషపెట్టడానికే చూస్తున్నారు పిల్ల తల్లిదండ్రులు.

ఎలాగైతే ఆకాష్ మంచి ఉద్యోగస్థుడికే ఇచ్చి కూతురి పెళ్లి ఘనంగా జరిపించారు .

వారు సంపాదించుకున్న ఆస్తిలో కూతురు శ్రీజ పెళ్లి నిమ్మిత్తం మైనస్

(-) అనే చెప్పుకోవాలి.

★★★

కొడుకులిద్దరికీ కూడా పెళ్లిళ్లయిపోయాయి. ఎవరి జీతాలు వాళ్ళు బ్యాంకుల్లో వేసుకుంటూ.. పెళ్ళాం పిల్లలతో ఉమ్మట్లోనే జీవనం సాగించేస్తున్నారు.

ఇంటి ఖర్చులకు ఒక పైసా ఇవ్వకపోయినా... కొడుకులు కోడళ్ళు, మనుమలు మధ్య తమ జీవితం సాఫీగా సాగిపోతున్నందుకు సంతోషించారు.

ఆకాష్ రిటైరవ్వడంతో పాటూ... మనుషులు కూడా పెరగడంతో రాను రాను కలతలు ఆరంభమయ్యాయి. కొడుకుల మధ్య మనస్పర్థలు, తోటి కోడళ్ల మధ్య కీచులాటలు, మనుమల మధ్య కొట్లాటలు. ఆ ఇంట్లో ఇమడలేక ఎవరికి వారు వేరు కాపురాలు పెట్టాలని నిశ్చయించుకుని... తల్లిదండ్రులకు చెప్పుకున్నారు.

వారి నిర్ణయం తల్లిదండ్రులకు బాధనిపించినా... వారున్న ఆ పరిస్థితిలో అదే మంచిదనిపించింది. వారికంటూ ఓ బాధ్యత తెలిసొస్తుందని "మీ ఇష్టం" అని అనగలిగారెలాగో మనసుని చంపుకుని.

అయితే మాకు ఆస్తి వాటాలు పంచమంటూ... చెరొక పక్కా కూర్చున్నారు కొడుకులిద్దరూ. వారు సంపాదించే దానితో.. కన్నవాళ్లను పోషించాల్సింది పోయి..తాము బ్రతికుండగానే... ఉన్న కాస్త ఆస్తినీ పంచుకోవాలనుకుంటున్న కొడుకులకు ఏమీ సమాధానం చెప్పలేకపోయారు.

తల్లిదండ్రుల నుంచి ఏ సమాధానం రాకపోయేసరికి... నాకిది అంటూ ఉన్న ఆస్తిని చిటికెలో పంచేసుకున్నారు.

వ్యాపారం అన్నాకా లాభనష్టాలు తప్పవు. జీవితమన్నాకా సుఖదుఃఖాలు తప్పవు.

ఈ జీవిత సత్యానికే రాజీ పడిపోయారిద్దరూ.

ఆస్తిని కొడుకులిద్దరూ పంచుకోగా... తమకంటూ శేషం సున్నా(0)గా మిగలడంతో తమకొచ్చే పెన్షన్‌తో ఓ చిన్న అద్దె ఇంట్లో వారి శేష జీవితాన్ని గడుపుతూ..తమ కుటుంబ గణితాన్ని లెక్కలేసుకుంటున్నారు... ఆకాష్ దంపతులు. భర్త సంపాదన ప్లస్(+) అయితే...

భార్య సమర్థత ఇంటూ(×). కూతురు పెళ్లి మైనస్(–) అయితే... కొడుకుల స్వార్థం డివైడిడ్బై (÷).

కుటుంబ గణితం అంటే ఇదేనేమో... ! అమ్మానాన్నలైనందుకు, వారికి మిగిలిన శేషం జీరో(0) అని తెలిసొచ్చింది.

– (విశాఖపట్నం AU ఆవుల జయప్రదా భవనమందు విక్రమ నామ సంవత్సర ఉగాది 2000 కథలపోటీలో బహుమతి పొందిన కథ. 09.9.2019.)

వృత్తి దేవోభవ

స్కూల్ డ్రెస్లో కనిపిస్తున్న ఆ కుర్రాడు ఎంతో నేర్పుగా పోయిన చెప్పులను కుడుతూ రూపు దిద్దుతుంటే... ఎంతో ఆశ్చర్యంతో పాటు ముచ్చటగా చూశాను. ఆ కుర్రాడి ముఖం చూస్తే అతని పనితనం లాగే చదువు కూడా చదువుతాడనిపించింది. చదువుకునే ఆ విద్యార్థికి చెప్పులు కుట్టే దుస్థితి ఎందుకు వచ్చిందోనని నాలో చిన్న చింత చేరింది. ఎందుకో ఆ కుర్రాడి గురించి తెలుసుకోవాలనే ఆతృతతో... "నువ్వు చదువుకుంటున్నావా బాబు" అంటూ పలకరించాను.

శ్రద్ధగా పని చూసుకుంటున్న ఆ కుర్రాడు ఒకసారి తల పైకెత్తి... ముఖాన నవ్వు పులుముకుంటూ "అవును సార్ ఆరో తరగతి చదువుతున్నాను" అని ఎంతో వినయంగా చెప్పి తిరిగి తన పనిలో లీనమయ్యాడు.

"అయితే చదువు కోసం ఈ పని చేసుకుంటూ నీ సంపాదనతో చదువుకుంటున్నావా" అని అతని పరిస్థితిని ఊహిస్తూ అడిగాను.

నా ప్రశ్నకు చిరునవ్వు నవ్వుతూ... తల అడ్డంగా ఊపాడు. "లేదు సార్ మా అయ్యకి తను రోజంతా కష్టపడి చెప్పులు కుట్టిన సంపాదనతో నన్ను బాగా చదివించి పెద్ద ఉద్యోగస్తుడ్ని చేయాలని ఆశ. కష్టపడి మా అయ్యే నన్ను కాన్వెంట్ లో వేశాడు. నాకోసం రోజంతా మా అయ్య పడే కష్టం చూడలేక... బడి అయిపోయాక మా అయ్యను ఇంటికి వెళ్ళమని చెప్పి నేనే ఈ పని చూసుకుంటూ ఉంటాను. ఎంతైనా తరతరాల నుంచి వస్తున్న మా వృత్తిని గౌరవించడం నా విధి. చదువుకుంటున్నాను కదాని ఈ వృత్తిని అసహ్యించుకుంటూ దూరంగా ఉంటే... రేపు ప్రొద్దుట నేను ఎంత పెద్ద చదువు చదివినా... మా అయ్య ఆశించినట్టు నాకు ఉద్యోగం రాకపోవచ్చు. ఇప్పుడే నాకీపని చేతిలో ఉంటే పెద్దయ్యాక పస్తులు పడాల్సిన కర్మ రాదు కదండీ ".. నా చెప్పులు కుడుతూనే తన భవిష్యత్తు గురించీ... తన వృత్తి గురించి ఎంతో తీయగా నాకు వినిపించాడు. ఆ కుర్రాడి మనసుద్ధికి చేతులెత్తి మొక్కాలనిపించింది నాకు.

ఈరోజుల్లో పెద్ద చదువులు చదువుతూ... పెద్ద పెద్ద ఉద్యోగాలు చేస్తున్నా... తమ తండ్రుల కాయకష్టంతో పైకి వచ్చామన్న సంగతే మర్చిపోయి... తన తండ్రి చేసే వృత్తిని చిన్న చూపుగా భావించి... వారిని నలుగురి మధ్య కు తీసుకువస్తే తమ ప్రెస్టేజీకి భంగం వాటిల్లుతుందని చాటుమాటునే ఉంచేస్తున్నారు. ఎటువంటి స్వార్ధబుద్ధి లేని ఆ కుర్రవాడి కన్నతండ్రి ఎంతో అదృష్టవంతుడు అనిపించింది నాకాక్షణంలో.

ఆ కుర్రాడు అందించిన నా పాత చెప్పులు ఎంతో కొత్తవిగా కనిపించి... కృతజ్ఞత గా చూస్తూ... ఆ కుర్రవాడి కష్టానికి ప్రతిఫలాన్ని అందించాను.

అదే సమయంలో మా మాటలు వింటూ అక్కడకొచ్చి నిలబడ్డ అతన్ని చూపిస్తూ... "ఇతనే సార్... మా నాన్న" అన్నాడు ఆ కుర్రాడు ఎంతో గర్వంగా. "ఇలాంటి కొడుకు పుట్టినందుకు నువ్వు చాలా అదృష్టవంతుడివయ్యా" అన్నాను.

"ఈ విత్తనం లోంచి వచ్చిన మొలక అలాంటిది బాబుగారు. విత్తనంలో లేకుంటే విశ్వంలోకి రాదు కదా". మంచి మొలకై మొలిచిన వీడు అలగాలా తిరుగుతూ కలుపుమొక్కల్లో కలిసిపోకుండా... నేను చేస్తున్న వృత్తిని కూడా నమ్ముకుంటానంటున్న వీడి మాటలు విన్నాకా... నిజంగానే నా జన్మ ధన్యమైపోయింది బాబూ" అంటూ చెప్పి ఆ తండ్రి కొడుకు నుదుటన ముద్దాడుతుంటే ఎంతో చూడముచ్చటగా అనిపించింది. ...

(హారిక సంపూర్ణ కుటుంబ వారపత్రికలో 20.04.90 న ప్రచురించ బడింది)

అమ్మదిగో...

నాలుగేళ్ళ నానీకి ఆడుకోడానికి బొమ్మలెన్నున్నా... తనని ఎత్తుకుని ఆడించే బొమ్మలాంటి అమ్మ మాత్రం కనిపించలేదు. అలా కనిపించి పదకొండు దినాలైపోయింది. నిద్రపోతున్న అమ్మను కర్రల మీద పడుకోబెట్టి అందరూ అలా ఎందుకు ఎక్కడికి తీసుకెళ్లిపోతున్నారో అర్థం కాలేదు ఆ చిన్నారి మనసుకి. అదే ఆఖరిసారి చూడ్డం అమ్మని. మళ్లీ కనిపించనే లేదు. ఎప్పుడూ ఏడవని నాన్న తనని దగ్గరకు తీసుకుని మరీ గుండెలవిసేలా ఎందుకేడుస్తున్నాడో మాత్రం ఆ చిన్ని గుండెకు భారంగానే వున్నా... మళ్లీ అమ్మని చూడాలనే కోరికతో మాత్రం మనసు కొట్టుకుంటూనే ఉంది.

అమ్మ తర్వాత నాన్నేగా... తనతో సన్నిహితంగా మెలిగేది. ఆ చిట్టితండ్రికి సేద తీరాలనిపించి... తండ్రి దగ్గరకెళ్ళి మెడ చుట్టూ చేతులువేసి చుట్టేస్తూ... ముఖాన్ని భుజంపై వాల్చుకున్నాడు. కొడుకు అమ్మపై బెంగపడ్డాడని తెలుస్తూనే ఉంది తండ్రికి. 'నేనే ఇకపై వీడికి అమ్మైనా నాన్నైనా' అనుకుంటూ... పిల్లాడిని మరింతగా హత్తుకున్నాడు. అప్పుడే మళ్లీ నోరువిప్పాడు ఆ పసివాడు . ఆ "నాన్నా... అమ్మేది..?" మనసులోని దిగులు కళ్ళల్లోకి కొట్టుకొచ్చింది ... కన్నీటితో కప్పేస్తూ... !

ఈ లోకాన్ని విడిచెళ్ళిపోయిన భార్యను తలుచుకుంటూ... వాడికి వాడమ్మ గురించి ఎలా చెప్పాలో తెలియలేదు. కొడుకు వీపు నిమురుతూ... కనిపించనీయకుండా కళ్ళు తుడుచుకున్నాడు.

ఆ చిన్నారి మనసులో ప్రశ్న ప్రశ్నగానే మిగిలిపోయింది..!

ఇంటికెవరెవరో వచ్చి... తన తండ్రిని ఊరుకోబెడుతూ... ఏంటో మాట్లాడుతూ ఉంటే ... పెద్ద పెద్ద కళ్ళతో చూసాడు తప్పించి... అంతకు మించి ఊహకు రాని వయసది. కొంతమంది అయితే తనకు బిస్కెట్స్, చాక్లెట్స్, బొమ్మలు తెచ్చి ఇస్తున్నా... అవేమీ అమ్మను మరిపించలేక పోయాయి. ఆ చిట్టిగుండెలో ఎంతగా పేరుకుపోయిందో విషాదం..?

ఇంటినిండా జనంతో... అందరూ బువ్వలు తింటుంటే... తనకు బువ్వ తినిపించే అమ్మ రూపం... అక్కడున్నమ్మల్లో వెతుక్కుంటున్నాడు. వాడి వెతుకులాటంతా తన తల్లికోసమే అని అర్థం చేసుకున్న వారందరికీ గుండె ద్రవించిపోయింది. వాడినేదో మభ్యపెట్టి మరిపించాలి గనుక... లాలనగా వాడిని చంకనేసుకుని బుజ్జగిస్తూ... "ఒరేయ్ కన్నా... నీకో మాట చెప్పనా... ? అమ్మ కావాలా నీకు..? అమ్మ ఎక్కడికీ పోలేదు కన్నా... నువ్వు పెద్దయ్యాకా ఏమవుతావు అని అడిగితే... స్పైడర్ మాన్ అవుతానంటూ పైకి కిందకీ దూకుతున్నావు కదా... అలా దూకుతూ ఉంటే నీకు దెబ్బలు తగులుతాయని చెప్పి... నిజంగానే నిన్ను స్పైడర్ మాన్ లా చేసేయమని పైనున్న ఆ దేవుణ్ణి అడగడానికి వెళ్లింది. మరి అమ్మ అక్కడకి వెళ్ళినప్పుడు దేవుడికి దణ్ణం పెట్టాలి, పాటలు పాడాలి కదా. అందుకే అమ్మ ఇంక ఇక్కడికి రాదు కన్నా... " అంటూ... చేతనైన రీతిలో చిన్న కథనల్లి ఆ చిన్నారి మనసుకి అర్థమయ్యేట్టు చెప్పింది వాడి అమ్మమ్మ.

ఆ చిన్నారికి అప్పటికి కొంచెం అర్థమైనట్టు ఉంది. ఇక తన తల్లి కనిపించదన్న నిజం జీర్ణించుకోలేక... ఉబికి వస్తున్న కన్నీటితో... ఓ మూలకు వెళ్లి కూర్చున్నాడు.

పదకొండవరోజు జరగాల్సిన పిండ కార్యక్రమాలు అన్నీ అయిపోయాకా... పొద్దుగూకితే బంధువులెవరూ ఆ ఇంట వుండకూడదన్నట్టు భోజనాలు అయ్యాకా వచ్చినవాళ్ళంతా ఒక్కొక్కరూ ఎవరి ఇళ్లకు వారు బయలుదేరారు. ఇక ఆ ఇంట మిగిలింది తన తండ్రితో పాటూ ఆ చిన్నారి నానీ మాత్రమే.

హఠాత్తుగా బయటపడిన కాన్సర్ జబ్బుతో... భార్యను పోగొట్టుకున్న శ్రీధర్ బ్రతుకు ఆ చంటి పిల్లాడితో... . బావురుమంటున్న ఆ ఇంట్లో అల్లకల్లోలం అయినట్టుగా అనిపించింది. ఆ స్థితిలో తనను పట్టించుకోని తండ్రిని దీనంగా చూశాడేతప్ప... మరేమీ పిలవకుండానే... వీధి వరండాలోకి వెళ్లి ఆకాశంలోకి తొంగి చూస్తే... నిండైన జాబిలి నవ్వుతూ పలకరించింది. నానీ కళ్ళల్లో తేజోవంతమైన వెలుగు ఒక్కసారిగా...

అప్పుడెప్పుడో... .అమ్మ చందమామని చూపిస్తూ గోరు ముద్దలు తినిపించడం బాగా గుర్తుంది తనకు.

చందమామ రావే...

జాబిల్లి రావే...

బండెక్కిరావే... కోటిపూలు తేవే...

అన్నీ తెచ్చి మా అబ్బాయికివ్వే... !!

అలా తీయగా పాడుతూ... బువ్వలోని రుచిని ఎంతబాగా చూపించేదో... ? మనల్ని కూడా అక్కడకు తీసుకెళ్తుంది వెన్నెల్లో ఆడుకుందామా ... ?" అంటూ తన కళ్ళకు ఊహాప్రపంచాన్ని చూపించిన అమ్మ – ఇప్పుడక్కడికే వెళ్ళి ఉంటుందన్న గట్టి నమ్మకం బలపడిపోయింది ఆ చిన్ని హృదయంలో. అలా అనిపించిందే తడవుగా... రివ్వున లోనికి పరుగెట్టాడు. తానెప్పుడూ స్పైడర్ మాన్ వేషం వేసుకున్నట్టే... గాగుల్స్ పెట్టి వెనుక వైపు మెడ నుంచి కిందకి వేలాడేటట్టు ఒక తువ్వాలుని కట్టాడు. ఎంత వేగంగా లోపలకి వెళ్ళాడో... అంతే వేగంగా బయటకు వచ్చి... చందమామలో తనకు మాత్రమే కనిపిస్తున్న అమ్మను చూస్తూ... "అదిగో అమ్మదిగో " అంటూ... దూరమైన అమ్మ దగ్గరకు స్పైడర్ మాన్ లా ఎగిరిపోవాలన్నట్టు అదే ప్రయత్నంలో వున్నాడు – పాపం ఆ చిన్నారి నాని... !!

–(హారిక సంపూర్ణ కుటుంబ వారపత్రిక, 30.03.90)

వాడిన మొగ్గ

మా అబ్బాయికి ఇరవై ఎనిమిది సంవత్సరాలు. మంచి కంపెనీలో సాఫ్ట్వేర్ ఇంజనీరుగా ఉద్యోగం. వివాహంతో... ఓ ఇంటివాడు కూడా అయి సంవత్సరం కావొస్తుంది. వాడిని చూసినప్పుడల్లా ఉన్నత శిఖరాలను చూసినట్టుగా ఆనందపడ్డాను. తల్లిగా నాబాధ్యత సక్రమంగా నిర్వర్తించాననే నమ్మకంతో ఉండిపోయాను.

అంతా బాల్యాన్ని తలుచుకుని మళ్లీ ఆరోజులు వస్తే బావుండునని ఎంతో ఆనందంగా చెప్తూ వుంటారు. కానీ మా అబ్బాయి తన బాల్యం గురించి తన స్నేహితుడికి చెప్తున్న మాటలు విన్నాకా ... అప్పటి ఆ పసిహృదయం పడ్డ వేదన నాకిప్పుడు అర్థమైంది. వాడి మాటలు విన్నాకా... నాకూ ఆనాటి రోజులు కళ్ళముందు మెదిలాయి... .

వాడు నాకడుపు నుంచి ఈభూమ్మీద పడ్డప్పుడు నుంచీ... వాడినెంతో ఆకాశాన్ని ఎత్తేయాలన్న ఆశతో... వాడి ప్రతి చర్యా నేనే గమనిస్తూ... మాటలు నేర్పడం, ఆటలు ఆడించడం, స్కూలుకి తీసుకెళ్లడం, అక్షరాలు దిద్దించడం, హోమ్ వర్కులు చేయించడం, నా అభిరుచైన చిత్రలేఖనంలో కూడా స్వయంగా శిక్షణ ఇవ్వడం, వాడికిష్టమైన చదరంగంలో శిక్షణ ఇప్పించడమే కాకుండా ఎక్కడ పోటీలు నిర్వహించినా పాల్గొనేలా ప్రోత్సహించి బహుమతి గెలుచుకోవాలన్నట్టు తాపత్రయ పడేదాన్ని. వాడలా బహుమతి గెల్చుకున్నాడంటే... అదంతా నేను వాడికిచ్చిన శిక్షణ ఫలమే అన్నది మాత్రం నిజం. అలాగే... చదువులో కూడా ఏరోజు ఇచ్చిన నోట్స్ ఆరోజే చదివించి రాసేవరకూ వదిలిపెట్టేదాన్ని కాదు. పరీక్షలకు సిలబస్ ప్రకారం అన్నీ చదివించి, అన్నీ అప్పచెప్పుకుని

వాటిపై ఇంట్లో కూడా నేనూ ఒక టెస్ట్ పెట్టాకా... వచ్చిన తప్పులను మళ్లీ మళ్లీ కరెక్ట్ చెప్పేవరకు పుస్తకాలు మూయించేదాన్ని కాదు. మర్నాడు పరీక్షకు పంపుతూ రివిజన్ చేయించి... ముందు రోజు తప్పు చెప్పినవన్నీ తప్పులు రాయకుండా గుర్తుచేసి... పరీక్ష బాగా రాయమని చెప్తూ ... స్కూలుకి సాగనంపుతూ జాగ్రత్తలు చెప్పేదాన్ని.

పరీక్షలు అయ్యాకా మార్క్స్ ఫైల్ ఎప్పుడిస్తారా అనే ఎదురుచూపు. ఆరోజు ఇస్తారని తెలియగానే మార్క్స్ చూసేయాలన్న ఆత్రుత. అన్నీ నేర్పించి పరీక్షకి పంపాను కదా తప్పకుండా వాడికే మొదటి ర్యాంక్ వస్తుందనే ధీమా నాలో. తీరా ఫైల్ చూసాకా... రెండో, మూడో తక్కువ మార్క్స్ రావడం వల్ల... ఐదారు ర్యాంకుల వెనక్కి వెళ్లిపోయేసరికి నాలో విపరీతమైన నిరుత్సాహం. ఆ బాధతో వాడికేమీ రావనే బాధతో మరికాస్త ఎక్కువగానే నూరిపోసేదాన్ని చదువు విషయంలో. నా కంటి తుడుపుకేమో... ఎప్పుడైనా వాడు ఫస్ట్ ర్యాంక్ తెచ్చుకున్నాడంటే ఉబ్బితబ్బిబ్బయ్యేదాన్ని. ఆనందం వచ్చినా కంటిమీద నిద్ర కూడా కరువవుతుందని అప్పుడే అర్థం అయింది. ఇలా పదవతరగతి వరకు నా చేతిలో కీలుబొమ్మయ్యాడు నాకొడుకు. ఆతర్వాత ... వాడికి చదువు చెప్పేటంతటి పెద్ద చదువు నా దగ్గరలేదు. నేను చదుకున్నది అంతంత మాత్రమే. నా చెర నుంచి బయటపడి విముక్తుడయ్యాడేమో... ? వాడికి చదువు ఏం వస్తుందో ఏం రావడం లేదో... ? మార్కులు ఎలా వచ్చినా పట్టించుకునే స్థితి దాటిపోయాను.అంతా దేవుడి మీదే భారం వేసాను కాబట్టే... ఇంజనీరింగ్ కంప్లీట్ చేసి... క్యాంపస్ లో వాడంతట వాడే ఉద్యోగం సంపాదించుకున్నాడు. ఇది వాడు సాధించిన ఘన విజయమే అయినా... చిన్నప్పుడు చదువులో నేనిచ్చిన పునాది గట్టిగా ఉండటం వల్లేనని నా మనసు నొక్కిచెప్తూ ఉంటుంది. ఏదైనా... వాడు జీవితంలో వాడికాళ్ళమీద వాడు నిలదొక్కుకున్నాడు.

నాకదే కొండంత సంతోషం. వాడి విషయంలో వాడి నాన్నకంటే నేనే ఎక్కువుగా బాధ్యత తీసుకున్నందుకేమో... వాడిమీద పూర్తి హక్కులూ నాకున్నాయనిపించింది.. నేనంతా వాడి గురించి మంచే ఆలోచిస్తూ చేస్తున్నా

అనుకున్నాను .

కానీ... వాడి మాటలు విన్నాకా, నేను వాడి దృష్టిలో చాలా అన్యాయం చేశాననే ధోరణి కనిపించింది. చిన్నప్పుడే నాపై వాడెంతగా ద్వేషంతో రగిలిపోయి ఉన్నాడో... ? నిజమే... వాడి మాటల్లో నిజం ఉంది. నేను వాడికి చాలా ద్రోహం చేసాను. పూవుగా వికసింప చేశాననుకున్నాను గానీ... మొగ్గలోనే వాడిపోయాడని ఇప్పుడర్థమైంది. ఎంతో చలాకీగా ఆడుకునే వయసులో చదువే ధ్యేయమంటూ... రాకాసిలా పీడిస్తూ... పిక్కబాసెము పెట్టిన సంఘటనలూ, మార్కులు తక్కువొచ్చాయని తట్టుకోలేక క్లాసురూమ్ లోనే వాడి స్నేహితుల ముందే చెంపదెబ్బలు కొట్టిన గ్రహపాటు క్షణాలు అన్నీ గుర్తుకొచ్చాయి. స్కూలు నుంచి ఇంటికి తీసుకొచ్చీ రాగానే వాడి కడుపుకింత అన్నం కుక్కేసి... ఒక అరగంటైనా రెస్ట్ ఇవ్వకుండా గదిలోకి తీసుకెళ్లిపోయి ఆ రోజు చెప్పిన పాఠాల్ని నూరి పోయడమే కదా ఆనాడు నేను చేసిన తప్పు. తోటి పిల్లలతో ఆడుకోడానికి పంపడం గానీ, సరదాగా పార్కులకి, టూర్లకు తీసుకెళ్లింది ఎక్కడ? ఇప్పుడాలోచిస్తుంటే ఆనాడు నాలో ఎందుకంత చదువు పిచ్చి పట్టిందో నాకే అర్థం కావడం లేదు. బహుశా ఈపోటీ ప్రపంచంలో వెనకపడిపోతాడేమో అనే భయంతో కావచ్చు. ఏ ఆటైనా చదువైపోయాకనే వదిలేదాన్ని. ఇచ్చిన ఆ సమయమైనా ఇంట్లో కూర్చుని ఆడుకునే ఆటలే గానీ ఏ గ్రౌండ్ కీ ఎప్పుడూ పంపించలేదు.

'నా బాల్యం ఇంత దరిద్రంగా ఏడ్చింది" అంటూ వాడి స్నేహితుడికి అప్పుడు తాను అనుభవించిన బాధ చెప్తుంటే... నాకు కన్నీళ్లు వచ్చాయి. నేనెంత మూర్ఖురాలిగా ఆనాడు ప్రవర్తించానో నాకిప్పుడు అర్థం అయింది. మార్కులే ముఖ్యమనుకుంటూ వాడి సంతోషాన్ని కుప్ప కూల్చేసినందుకు సిగ్గుపడుతున్నానిప్పుడు. చదువే లోకమని అదేపనిగా రుద్దేయకూడదని ఎన్నో విషయాలు జ్ఞానోదయమైంది.

నేనిప్పుడు ఒక్కటే నిర్ణయించుకున్నాను. బాల్యంలో వాడు పోగొట్టుకున్న సంతోషాన్ని తిరిగి వాడికి ఇవ్వాలంటే... వాడికి పుట్టబోయే వాళ్ళని నాదగ్గరే పెట్టుకుని ఆదర్శప్రాయంగా తీర్చుదిద్దాలని, ప్రతీక్షణం వారి కళ్ళల్లో ఆనందం కనిపించాలని, వారి ఇష్టానికి కూడా స్వేచ్ఛనివ్వాలని, చదువంటే భయం, జుగుప్సా కలిగేలా చేయకూడదని ... ఆ సున్నిత మనస్కులకు చెప్పే విధంగా చెబుతూ... మానసిక ఉల్లాసం కల్పిస్తూ... బాల్యం లోనే బంధాలపై మమకారం పెంచేలా మరో మంచి పెంపకాన్ని నేరవేర్చాలనిపిస్తుంది.

నాపిచ్చి గానీ... నాకీ అవకాశం నాకొడుకు నాకిస్తాడని ఆశ పడ్డం తప్పేమో... ? అప్పట్లో వాడికి నామీదున్న కోపం ఇప్పటికీ మర్చిపోలేకపోయాడంటే... వాడు పడ్డ మనసు కష్టానికి వాడి బాల్యం మొగ్గలోనే వాడిపోయింది . వాడి మనసు వికసించడానికి తావే లేదు.

పిల్లల యందు నాలా ఏ తల్లీ ప్రవర్తించకుండా ఉంటే చాలు. మనసులో నన్ను నేను అర్థం చేసుకుంటూ... పాపప్రక్షాళన చేసుకోవాలనే తలంపుతో తాపత్రయపడుతున్నానిప్పుడు.

(అంకితం– మా అబ్బాయి శ్రీకృష్ణ చిరంజీవికి)

–(మామ్స్ ప్రెస్సో అంతర్జాల పత్రికలో బహుమతి పొంది 1.01. 2020 న ప్రచురించబడింది.)

వైరాగ్యం

నెల్లాళ్ళుగా ఊపిరితిత్తుల వ్యాధితో వైద్యం తీసుకుంటున్న గోవిందమ్మను ... కొంచెం కోలుకుందనిపించాకా... హాస్పిటల్ నుంచి డిశ్చార్జ్ చేశారు .

భర్త పోయాకా తాను పెద్దకొడుకు దగ్గరే ఉండటంతో.. తనకంటూ ఒక మూలనున్న గది ప్రత్యేకంగా ఇచ్చేసారు. ఇంటికి తీసుకొచ్చీ రావడంతో... మళ్లీ ఆ గదిలోని మంచంపై పడుకోబెట్టారు. ఎలాగైతేనేమి మొత్తానికి ఆ హాస్పిటల్ కూపం నుంచి ఇంటికి వచ్చేయడంతో తృప్తిగా ఊపిరి పీల్చుకుంది . చాలా నీరసించి పోవడం వల్లనేమో... మునుపటిలా లేవలేకపోతుంది. వయసు తెచ్చిన మార్పుతో తనకీ అర్థమైపోయింది... ఇక తానెన్నాళ్ళో బ్రతకదని. కోడలు అంటీ ముట్టనట్టు వచ్చి మందులు ఇస్తూ... పత్యం తిండి పెడుతుంది గానీ... ముఖంలో ఎలాంటి వెలుగూ కనిపించడం లేదు. పలుకరించినా... విసుక్కుంటూనే మాట్లాడుతుంది. కోడలికి ఆ మార్పు ఎందుకొచ్చిందో గమనించకపోలేదు గోవిందమ్మ. ఇదివరకంటే ఎవరి మీదా ఆధారపడకుండా తన పనులు తాను చేసుకునేది. ఇప్పుడు ఈ మాయదారి రోగం వచ్చాకా ఇంటిపనులతో పాటు తన పనులు కూడా చక్కబెట్టాల్సి రావడం వల్లే... కోడలికి అంతగా అసహనం చోటుచేసుకుంది. అదీగాక ఈ నెల్లాళ్ల బట్టీ పగలూ రాత్రనక హాస్పిటల్ చుట్టూ తిరుగుతూ ఉండటం వల్లేమో తానూ నీరసించి కనిపిస్తుంది.

చిన్నకొడుకులిద్దరూ వేరే ఊర్లలో ఉండటం వల్ల వారి భార్యలతో రెండు మూడు సార్లు హాస్పిటల్ కొచ్చి కనిపించి వెళ్లిపోయారు తప్పించి పది రోజులైనా ఉండి ఏ రకంగానూ సాయపడలేదంటే... తోటి కోడళ్ల మధ్య సరైన సఖ్యత లేకపోవడమే... ! ఒకరింటికి ఒకరు

వచ్చే రాకపోకలు మాయమైపోయాయి. అందుకే... చుట్టపు చూపుగానే వచ్చి చూసెల్లిపోయారు. నా చాకిరీ అంతా తానొక్కదాని మీదే పడ్డం కూడా ఒకవిధంగా బాధ కలిగుండొచ్చు. నిజమే... ఒక పేషెంట్ కి సేవ చేయాలంటే కష్టమైన పనే. పెద్దకోడలి అంతరార్థం ఇట్టే గ్రహించేసింది గోవిందమ్మ. కోడలు అలా ప్రవర్తించిందంటే అర్థం ఉంది. కానీ... ఎలాంటి ఆర్థిక సమస్యా లేకుండా ఎంతో బాగా గడిస్తున్న పెద్దకొడుకు కూడా తన జబ్బుకి లెక్కలు కట్టి మాట్లాడ్డం విని తట్టుకోలేకపోయింది.

ఇంటికి వచ్చానన్న సంతోషం ఆమెలో పటాపంచలైపోయింది. ఆ జబ్బుతో ఊపిరి ఆగిపోయి ఆ హాస్పిటల్లోనే ప్రాణం గుటుక్కుమని పోయుంటే ఎంత బాగుండేదో కదా... ! మనసు పూర్తిగా ప్రశాంతతను కోల్పోయింది. పెద్ద కొడుకు తమ్ముళ్లతో ఫోన్లో మాట్లాడుతూ చెప్పిన మాటలు తన చెవినపడ్డప్పుడు నుంచీ..!

“ఏమో రా... ! మీరెలా నాకు డబ్బు అందిస్తారో తెలీదు. అమ్మ రోగం కాదు గానీ హాస్పిటల్ బిల్ నాకు లక్షన్నర పైనే అయింది. అంత మొత్తం అర్జంట్ గా కట్టాలంటే... అప్పు తెచ్చి మరీ కట్టాను. ఇంకా హాస్పిటల్ లో ఉంచితే ఆ బిల్లులు కట్టడం నా తరం కాదనిపించి ఇంటికి తీసుకొచ్చేసాను. మీరిద్దరూ ఎలా పంపిస్తారో నాకు తెలీదు రేపటికల్లా చెరో యాభై వేలూ నా అకౌంట్ లో వేయండి. ఖరాఖండిగా చెప్పేసి ఫోన్ పెట్టేసాడు.” ఆ మాటలే గోవిందమ్మ మనసుని కలిచివేసాయి.

“పాపం వాళ్లిద్దరూ చిన్న ఉద్యోగాలు చేసుకుంటూ వారి పాట్లు ఏవో వాళ్ళు పడుతున్నారు కదరా. మళ్లీ వాళ్ళనెందుకు ఇబ్బంది పెట్టడం ... ?” అడగలేక అడిగేసింది కొడుకుని.

తల్లి చిన్నకొడుకులిద్దర్నీ వెనకేసుకొచ్చేసరికి... అంతెత్తున లేచాడు . “అమ్మా నువ్వు నోరుమూసుకుంటావా... ? నీకు ముగ్గురు కొడుకలని చెప్పి ముగ్గురికీ సమానంగానే పంచావు కదా నీకున్న ఆ కొద్దిపాటి పొలాన్ని. దాన్ని అమ్మి పంచుకుంటే ఒక్కొక్కళ్ళకీ

లక్షరూపాయలు ముట్టాయేమో. పెద్ద వాడిని కదాని నాన్నగారు పోయాకా నిన్ను కూడా నేనే పోషిస్తూ వచ్చాను. అర్థాంతరంగా నీకు ఇలాంటి ఖర్చులు కూడా వస్తాయని నేనానాడు ఊహించలేదు. నాకూ పెళ్లీడుకొచ్చిన కూతురుంది. దాని చదువుకీ, హాస్టల్ కీ మాకయ్యే ఖర్చులే చాలా ఎక్కువ. ఇక పెళ్లి చేసి అత్తారింటికెలా పంపాలా అని తలమునకలై కొట్టుకు చస్తున్నాం. అయినా నువ్వు ఆస్తిని మూడు భాగాలు చేసి కొడుకులకు పంచగాలేంది నీ జబ్బుకైన ఖర్చుని ముగ్గురూ పంచుకోవడంలో తప్పేముంది?" కొడుకు తిరగబడి ఆడిగేసరికి నోరు మెదపలేకపోయింది గోవిందమ్మ.

దానికీ దీనికీ లింకుపెట్టి సూటిగా అడిగేసరికి ... ఏమని సమాధానం ఇస్తుంది... ? కడుపున పుట్టిన బిడ్డలందరూ తనకు సమానమే... ! వారు పెద్దవాళ్లయ్యే సరికే తలరాతలు మారిపోయి... అంతస్తులో తేడాలొచ్చేస్తాయి. సరస్వతి దేవి, పార్వతీ దేవి, లక్ష్మీదేవి వీళ్ళు ముగ్గురూ కరుణించినప్పుడే.. చదువు రావాలన్నా, శక్తి రావాలన్నా, డబ్బురావాలన్నా... ! ఈముగ్గురి అనుగ్రహం పొందినవాడే కుబేరుడవ్వగలడు. పెద్దవాడికి పట్టిన ఇలాంటి అదృష్టం చిన్నోళ్ళిద్దరికీ పట్టలేదు మరి. అందుకే వారలా ఎదుగూ బొదుగూ లేకుండా ఉండిపోయారు. అయినా... నేను వారి ముగ్గురికీ తల్లినే కాబట్టి ఎవరికీ ఎలాంటి లోటు చేయలేదు. వీడికుందని తగ్గించనూ లేదు, వారికి లేదని పెంచనూ లేదు. ముగ్గురికీ సమానంగా నాకున్నకొద్దిపాటి పొలాన్ని అమ్మేసి సమానంగానే ఇచ్చేసాను. ఇదే నేను చేసిన పెద్దపొరపాటేమో... ?

అవును మరి... పెద్దలు వూరికే చెప్పలేదు. తమకంటూ ఉన్న ఆస్తిని తమ తదనంతరం పిల్లలకు ముట్టేలా వీలునామాలు వ్రాయాలని. చచ్చేలోపు కాలో చెయ్యో పడిపోతే ఆ ఆస్తి అక్కరకొస్తుందని. అలా కఠినంగా ఉంటేనే ... కొద్దిలో కొద్దిగైనా గౌరవంగా చూస్తారని. కానీ నేనేం చేసాను... ? బ్రతికుండగానే నా చేతులమీదుగా ఎవరి సొమ్ము వాళ్ళకి అప్పచెప్పేసి సంతోషపడాలనే కోరికతో ఆ పని చేసాను..కానీ ఇప్పుడేమైంది... ? నేను తీసుకున్న గోతిలో నేనే పడిపోయిన దుస్థితి వచ్చింది. గోవిందమ్మ మనసుకు జ్ఞానోదయమైనట్టుంది... "హార్దిక బంధాలన్నీ ఆర్థిక సంబంధాలైనప్పుడు ఏం చేయగలం" డబ్బున్నవాడి నోటంపట కూడా పేద అరుపులే వస్తుంటే... దబాయించి అడిగిన కొడుకుకి తిరిగి జవాబివ్వడం కూడా చిరాకేసింది . ఇంగిత జ్ఞానం కోల్పోతున్న వీరిమధ్య ఒక్కరోజు బ్రతికినా బరువుగానే

తోస్తానేమో..? ఇంకా ఎన్నాళ్ళు నేనీ బ్రతుకు బ్రతకాలి దేవుడా ... ? అనుకుంటూ ప్రాణాలు విడవడానికై నిరీక్షిస్తుంది.... . బ్రతుకుపై వైరాగ్యంతో గోవిందమ్మ !!

– (మామ్స్ ప్రెస్సో అంతర్జాల పత్రికలో బహుమతి పొంది 04.10.22 న ప్రచురించబడింది)

అసహాయత

నాడు నాచేయి పట్టుకుని నడిపించిన నాన్న... ఇప్పుడు నడవలేని స్థితికి చేరుకున్నారు... !

కర్రను ఓ చేతికిచ్చి... నేను మరోచేతిని పట్టుకుని నడిపించాల్సిన స్థితికొచ్చారు. ఎలాగో అతికష్టం మీద బాత్రూమ్ వరకూ అయినా చేరుకునేవారు. వారం రోజులబట్టి మంచం కూడా దిగడం లేదు... వయసు తెచ్చిన మార్పుతో. నాకే కాదు... ఒకరితో చేయించుకోవడంతో నాన్నకీ కష్టాలు మొదలయ్యాయి... !

"ఇదిగో... ఇలాగైతే నా వల్ల కాదు. మీరేమో ఆఫీసుకి ఉదయమనగా వెళ్లి సాయంత్రం ఎప్పుడో ఇంటికి చేరతారు . నాకేమో ఈయనకు సేవలు చేయాలంటే కష్టం. ముసలాడు అని నోరుకట్టుకుని పడుకుంటారా అంటే కాదు. కాళ్ళు ఆడకపోయినా... నోరు ఆడుతూ ఉండాలి మీ నాన్నకి. ఏమైనా తిన్న దగ్గర నుంచీ... విరోచనాలు పట్టుకుని ఒకపట్టాన వదిలి చావవు. అయినా ఒక మగవాడికి ఆడది ఏంచేయగలదు... ? మీరేం చేస్తారో తెలీదు... ఇంట్లో ఆయన్ని చూసుకోవడానికి ఏ మనిషినైనా పెట్టండి. లేదంటే నేను మా పుట్టింటికి పోతాను." నా భార్య నసుగుళ్లు నాలుగురోజులు బట్టి వినలేకపోతున్నాను.

నాకేం చేయాలో పాలుపోలేదు. అలాగని నాన్నకోసం ఉద్యోగం మానేసుకుని ఇంట్లో కూర్చోవడానికి ఆస్తిపరుడ్ని కాదు. కుటుంబాన్ని నడపాలంటే...

కష్టపడాల్సిందే. మా ఆవిడ పోరుపడలేక... . నాన్నకోసం మనిషిని పెట్టాలని చూస్తే... పదిహేను వేలు తక్కువ కాకుండా అడుగుతున్నారు. అంత జీతం ఇచ్చి పెట్టుకునే స్థోమతైతే నాకులేదు గానీ పెట్టక తప్పలేదు. ఉదయం ఎనిమిదికి వచ్చి సాయంత్రం ఆరుగంటలకు వెళ్లిపోవడానికి వాళ్ళ ఒప్పందం. సరే రాత్రంతా నేను చూసుకుంటాను కదా అనుకున్నాను. కానీ ఆ మనిషి కొన్ని రోజులు బానే వచ్చినా... అప్పుడప్పుడు సెలవలు పెట్టడంతో... నా భార్య చిరాకు మరీ ఎక్కువైపోయింది. నాన్నని ఎంత బాగా చూసుకుందామని అనుకున్నా... నా భార్య చీదరింపుల నుంచి తప్పించలేకపోతున్నాను. పెద్దవారని, మావగారని ఏమాత్రం గౌరవం లేకుండా నోటికొచ్చినట్టు మాట్లాడుతుంది. పోయేముందు ఆ మాటల విసుర్లు నాన్న మనసుకి తగలడం నాకెంత మాత్రమూ ఇష్టం లేదు . వింటుంటే నాకే ఎంతో బాధగా ఉంది. కనిపెంచిన నాన్నను ఆ చీదరింపుల మధ్య ఎలా ఉంచాలో కాలేదు.

బాగా ఆలోచించాను... ! మనసుకి కష్టం అనిపించినా... నేను తీసుకున్న నిర్ణయం తప్పదనిపించింది. ఆ పదిహేను వేలూ వృద్ధాశ్రమానికి కట్టి... అక్కడ జాయిన్ చేస్తే... నా భార్య మాటల తూటాలు నాన్న మనసుకి తగలవనిపించింది. మనసు రాయి చేసుకుని... నాన్నని తీసుకెళ్లి అక్కడ జాయిన్ చేసాను. “నాన్నా మీమీద ప్రేమ లేక కాదు... నా భార్య నాకు సహకరించలేక నేనీ నిర్ణయం తీసుకోవాల్సి వచ్చింది. ప్రతిరోజూ మిమ్మల్ని వచ్చి చూసుకుంటూ ఉంటాను. మిమ్మల్ని ఇక్కడ చేర్చానని నా గురించి లోకులేమనుకున్నా పర్లేదు... ఇంట్లో మీ కోడలు జరిపే రాద్ధాంతం గురించి పూర్తిగా వాళ్లకు తెలీదు కాబట్టి. మన ఇంటి విషయం మనకు మాత్రమే తెలుసు. మీరు నన్నర్థం చేసుకుంటే అంతే చాలు . నన్ను క్షమించండి నాన్నా” అని ఆయన కాళ్ళకు దణ్ణం పెడుతుంటే... నాకళ్ల నుంచి కారిన ఆ కన్నీటి బొట్లు ఆయన పాదాల్ని అభిషేకించాయి.

నా మనసుని అర్థం చేసుకోడానికి ఎంతో సమయం పట్టలేదు నా తండ్రికి. ప్రేమ నిండిన కళ్ళతో నన్నెంతో తృప్తిగా చూస్తుంటే... నాపై ఏమాత్రమూ కోపం లేదనిపించింది నాన్నకు. నా అసహాయత వల్ల నాన్నను అక్కడ జాయిన్ చేసినా... . ఎవరి చీదరింపులూ లేకుండా నాన్న ఎంతో సంతోషంగానే వుంటారనిపించింది ఆవృద్ధాశ్రమాన... .!!

అయినా సరే... నాన్నను అక్కడ విడిచి వెళ్తుంటే... నా మనసు మోయలేని వేదనని అనుభవిస్తూనే ఉంది... !!

–(ప్రతిలిపి అంతర్జాల పత్రిక, 28.08.21)

ప్రేమకు లేదు మరణం

సృజన తృళ్లి పడింది... ! వివేక్ మాటలు వినగానే... ఒళ్ళంతా ముచ్చెమటలు పట్టాయి. ఆఫీసు పనవ్వగానే... ఒక నిమిషం కూడా అక్కడ ఉండ బుద్ధి కాలేదు. హాండ్ బ్యాగ్ ని భుజాన వేసుకుని... హడావిడిగా బయటపడింది.

అసలు తన గురించి ఏమనుకున్నాడు... ? కలిసి పనిచేస్తున్నంత మాత్రాన్న... ప్రపోజ్ చేసేయడమేనా... ? అలా చెప్పేముందు నేనేంటి... నామనసేమిటి అని కొద్దిగైనా ఆలోచించాలి కదా... ? ఒక పక్క అతనిపై కోపం వచ్చినా... యువతలో వుండే ఆ సహజ లక్షణానికి జాలేసింది ఆమెకి.

ఆటో ఎక్కి... ఇంటికి చేరిందే గానీ... ఆలోచనలతో తల వేడెక్కిపోయింది. టీ తాగి తలనొప్పి మాత్ర వేసుకున్నాకా గానీ... మానసికంగా పడిన ఆ అలసట తీరలేదు.

కళ్ళముందు... ప్రకాష్ కనిపిస్తున్నాడు.

ప్రకాష్ కి నేనంటే ఎంత ప్రేమ... ? నన్ను విడిచి ఒక్క రోజైనా వుండేవాడా... ? ఆఫీస్ పనిమీద హైదరాబాద్ వెళ్తూ... నన్ను కౌగలించుకుని ఏడ్చినంత పనిచేశాడు. చుట్టూ ఎవరైనా చూస్తున్నారేమో అని కూడా పట్టించుకోకుండా. నాకైతే చిన్నపిల్లాడి మనస్తత్వంలా అనిపించి... నవ్వేదాన్ని.

అలా నవ్వుతున్న నన్ను చూసి... నిలదీసి అడిగాడు.

"నేను వెళ్తున్నందుకు నీకు కొంచెం కూడా బాధ లేదు కదూ" అని. "మళ్లీ రెండు రోజుల్లో వచ్చేస్తావుగా" అన్నాను.

"నీకు రెండు రోజులేమో... నాకు రెండు యుగాలు తెలుసా... ?" అన్నాడు నన్ను కొంచెం దూరంగా నెట్టి.

"పోనీ... నేను కూడా నీతో రమ్మంటావా... ?" అంటూ అడిగాను నవ్వును ఆపుకుంటూ.

"ఊహూ... " అంటూ బుర్ర అడ్డంగా ఊపి... నా కడుపుపై ప్రేమగా నిమిరాడు. "వద్దు సృజనా... నువ్వు వస్తే... మన ప్రేమకు ఊపిరి పోసుకుంటున్న ఈ బుజ్జిగాడు ప్రయాణంలో నలిగిపోతాడు" అంటూనే..నాకు వంద జాగ్రత్తలు చెప్పి ... వెళ్లలేక వెళ్లలేక వెళ్ళిపోయాడు.

అలా వెళ్ళాడే గానీ... నాకూ తోచలేదు. ప్రకాష్‌లేని ఆ రెండు రోజులూ మనసంతా... మా ఏకాంతపు తలుపులే. అప్పటికి గానీ తెలియలేదు నాకు... ప్రకాష్ కి నా మీద, నాకు ప్రకాష్ మీద ఉన్న ప్రేమెంతో... ? ప్రేమకు కొలమానమంటూ ఉండదేమో... ? నన్ను అంత ప్రేమలో ముంచేసే ప్రకాష్ ... హైద్రాబాద్ నుంచి తిరిగివస్తుండగా... ట్రైన్ ఆక్సిడెంట్ లో తిరిగిరాని లోకానికి వెళ్ళిపోయాడు. ఇది జరిగి ఒక సంవత్సరం కావొస్తుంది.

★★★

"ఇప్పుడు చెప్పు వివేక్... ! ఇదీ నా కథ. నా భర్త ప్రకాష్ చనిపోవడంతో.... . డిగ్రీ పాసై ఉన్నందుకు... ఆయన ఉద్యోగం నాకిచ్చారు. ఈ ఆఫీసుకు నువ్వు కొత్తగా వచ్చి నెల్లాళ్ళైనా కాలేదు. అప్పుడే నాకు ప్రపోజ్ చేయడం గొప్పనుకుంటున్నావా?

అసలు పూర్వపు రోజులే నయమేమో..? చిన్న వయసులో భర్త పోయినా... వారి జ్ఞాపకాలతో తెల్లచీరను ధరించి... నుదుట బొట్టు లేకుండా... ఏ పరాయి మగాడినీ ఆకర్షించకుండా ఉంటూ భర్త తలపుల్లోనే వుండేవారు.

వంట మనిషిగానో... కుట్టుపనులు నేర్చుకుని బట్టలు కుట్టుకుంటూనో... మరే విధంగానైనా... తమ పిల్లల్ని పోషించడానికి పుట్టింటికీ, అత్తింటికీ భారమవ్వకూడదని ఏపని చేసుకోవడానికైనా నామోషీ పడేవారే కాదు.

వితంతువులకు అప్పటి రోజులు పోయి చాలా సంవత్సరాలు అయిపోయింది. రోజులు మారాయి. అంతా చదువుకోవడం వలనే భర్త పోయినా భార్యలకు ఉద్యోగాలు వస్తున్నాయి. నాకూ అలాగే ఆయన చేసే ఉద్యోగం దక్కింది. ఎంత నాగరికత పెరిగితే మాత్రం... కలిసి ఉద్యోగం చేస్తున్నంత మాత్రాన... కలిసి జీవించాలనే కోరిక మాత్రం నాకు లేదు."

సృజన చెప్పడం పూర్తి చేసి... వివేక్ కి తనపై ప్రేమ తుడిపేయాలనుకుంది. కానీ..ఆమె చెప్పింది విన్నాకా... వివేక్ కి ఆమెపై ప్రేమ మరింత పెరిగింది.

"చూడు సృజనా... ! నీ గతం విన్నాకా నీపై మరింత ప్రేమ పెరిగిందే గానీ... తరగలేదు. ఒక చంటిబిడ్డ తల్లిగా నిన్ను విధి వెక్కిరించినా... ఈ సమాజంలో ఒక మగ తోడు లేకుండా ఆడది బ్రతకడం కష్టం. అందుకే నీకు తోడై నిలబడాలన్న కోరిక మరింతగా నాకు పెరిగిందే తప్ప తరగలేదు అంటూ... ఆదర్శం వల్లిస్తున్న వివేక్ మాటల్ని... ఇక చాలించమంటూ గట్టిగా అరిచి ఆపేసింది.

సృజన ఆవేశానికి... ఖంగు తిన్నట్టు చూసాడు వివేక్.

ఆ వెంటనే తానే కంట్రోల్ చేసుకుంటూ... జాలిగా చూసింది అతన్ని. "నీకెలా చెప్తే అర్థం అవుతుంది వివేక్... ?" ఈ ప్రేమ గురించి చెప్పాలంటే... అది ఈ విశ్వంలో అనంతం. షాజహాన్ ముంతాజ్ కోసం తాజ్ మహల్ కట్టి తన ప్రేమ నిరూపించుకున్నాడు. వాళ్ళ ప్రేమకు చిహ్నమైన ఆ కట్టడాన్ని ఎందరో సందర్శకులు చూసి ఆహా అని అనుకోకుండా ఉండలేరంటే... వారి ప్రేమ ఎంత అనంతమైనదో... మరణం లేనిదో... అర్థం చేసుకో. అలాగే నా భర్త ప్రేమతో నాకిచ్చిన మా ముద్దుల కొడుకు నాకున్నాడు. వాడిలో నాభర్త రక్తం ప్రేమతో నిండిపోయింది. వాడినలా చూస్తుంటే... నా భర్త ప్రేమ చూపులే వాడి కళ్ళల్లో ప్రతిబింబిస్తాయి. అందుకే అనిపిస్తూ ఉంటుంది నాకు... నా భర్త మరణించినా గానీ... మా

ప్రేమకు మరణం లేదు." నా మనసుల్లోనే ఉంటూ నాతోనూ, బాబుతోనూ జీవిస్తున్నారనే అనుకుంటూ... మగ తోడు లేకపోయినా ధైర్యంగా నా బాబుని పెంచి పెద్ద చేయగలిగే సత్తా, గుండె నిబ్బరం నాకున్నాయి" అంటూ వివేక్ కి తాను చెప్పాల్సింది చెప్పేసి... కన్నకొడుకుని గుండెలకు హత్తుకోవాలనే ఆత్రుతతో... వడివడిగా నడుచుకుంటూ అక్కడనుంచి వెళ్ళిపోయింది సృజన... .!!

– (మామ్స్ ప్రెస్సో అంతర్జాలంలో 07.03. 2020)

పూర్ పోలీస్

తెల్లవారింది... !

బద్ధకంగా ఒళ్ళు విరుచుకుంటూ... కళ్ళు తెరిచాను. ఎదురుగా కాలెండర్ లోని మూడవ కాగితాన్ని చింపేస్తూ... నా భార్య చిన్నగా నవ్వింది.

"లేవండీ... లేవండి! ఈ రోజే మీరు డ్యూటీలో జాయిన్ అవ్వాలి. అలవాటు ప్రకారం పనీ పాటా లేదు కదాని బద్దకించేరు గనుక. అసలే జాబ్ లో చేరబోతున్న మొదటిరోజు. కాస్త తలంటుకుని గుడికెళ్లి కొబ్బరికాయ కొట్టి దణ్ణం పెట్టుకుని రండి" అంటూ... హడావిడిగా వంట గదిలోకి వెళ్ళిపోయింది.

నా భార్య ఆదేశించిన ప్రకారం కార్యక్రమాలన్నీ... ముగించాక, డ్యూటీకి బయలుదేరాను.

నడుస్తున్నానే గానీ... నాకళ్ల ముందు అప్పు తీసుకున్న ఆ ఐదు వేలూ కనిపిస్తున్నాయి.

చదువుకున్న డిగ్రీ నిరుద్యోగాన్ని జయించలేకపోతుందే అనే బెంగ ఎక్కువైపోయింది. ఆఖరికి ఉద్యోగార్హతకి వయసు దాటిపోతున్న సమయంలో... పోలీస్ కానిస్టేబుల్గా అయినా ఉద్యోగం రాకపోతుందా అనే ఆశతో... ఓ పెద్దాయన్ని కలిశాను. నేను చెప్పినదంతా విని, ఐదు వేళ్ళు చూపించాడు.

ఆ ఉద్యోగాన్నైనా దక్కించుకోవాలంటే ఆ ఐదూ సమర్పించుకోవాల్సిందేననే నిశ్చయానికి వచ్చి... ఎలాగైనా అప్పుతెచ్చి ఆయన చేతుల్లో కుక్కాను.

ఆలోచనలతో... స్టేషన్ కొచ్చి రిజిస్టర్లో సంతకం చేసాను. జాయినింగ్ రిపోర్ట్ ఇచ్చాక, నాకు ఆరోజు వేసిన డ్యూటీ ప్రకారం, కొత్త సినిమా రిలీజ్ అయిన ఓ సినీ థియేటర్

ముందు కాపు కాశాను. టిక్కెట్స్ కోసం జనం తొక్కిసలాడుకుంటుంటే... కొత్తకావడం వల్ల నా వృత్తి ధర్మాన్ని సరిగా నిర్వర్తించలేక పోతున్నాను.

నాకు కొద్ది దూరంలో 'ఎర్రటి పర్స్ కింద పడడం నాకళ్ల బడింది. మరుక్షణం నా బుర్ర చురుగ్గా పనిచేసింది. ఇటువంటి సమయాల్లో నీతి, నిజాయితీ, విచక్షణలను మరిచిపోతేనే గానీ... నీ ఐదు వేలూ అప్పు తీరదని, గట్టిగా వార్నింగ్ ఇచ్చింది మనసు.

మెల్లగా అక్కడ నుంచి కదిలి పర్సు దగ్గరకు వెళ్ళాను.

ఇంతలో... "నా పర్సు పోయింది" అంటూ పరుగెత్తుకుని వచ్చాడు ఒకడు.

అది విని నాగుండె గుభేలుమంది. "అలాగా... ? అయితే వెంటనే పోలీస్ స్టేషన్ కెళ్ళి రిపోర్ట్ ఇవ్వండి. ఈలోగా నేను ఎంక్వరీ చేస్తా" అన్నాను... లేని ధైర్యాన్ని తెచ్చుకుని.

అతను వెళ్ళిపోయాక, నా బూటు కాలికింద అంతవరకూ అదిమి పెట్టిన పర్సు తీసి ఆత్రంగా తెరిచి చూస్తే... 'యు ఆర్ ఎ ఫూల్' అనే కాగితం తప్ప మరేం లేదు.

– (స్రవంతి వినూత్న వారపత్రిక, 5.11.87)

విన్నపం

ప్రియమైన మీకు,

ఇలా మిమ్మల్ని సంభోదిస్తూ మీకు ఉత్తరం రాసి చాలా రోజులైపోయింది కదూ... ! అవును మరి అందరి చేతుల్లోకి మొబైల్ ఫోన్లు వచ్చేసాయి కదా. ఏ విషయం మాట్లాడుకోవాలనుకున్నా... నిమిషాల్లో మాట్లాడేసుకుని నిర్ణయాలు తీసేసుకుంటున్నాం. ఆలోచిస్తే అది తొందరపాటే. కొన్ని కొన్ని విషయాలు రాతలతో వివరించిన లేఖలను కళ్ళతో చదివాక బాగా అర్థం చేసుకుని... సమయం తీసుకుని చెప్పే సమాధానాలే సరైనవని నా అభిప్రాయం. అందుకే ఇది ఫోన్లో అడిగే విషయం కాదనిపించింది. ఫోన్ చేసి అడిగినా నామాట పూర్తి కాకముందే... మీరు తిరస్కరిస్తే నేను చెప్పాలనుకున్న విషయం చెప్పలేక పోవచ్చు. అందుకే... మీ ఎదురుగా అడగలేక ఈలేఖ ద్వారా నా వేదనని అక్షరాల్లో నింపుకుని మీ ముందుంచాలనే నాప్రయత్నం. దయచేసి అర్థం చేసుకుంటారు కదూ... !

మా అమ్మకు ఒంట్లో బాగోలేదని చూడ్డానికి మా పుట్టింటికి వచ్చినప్పటి నుంచీ... నాలో ఏవేవో ఆలోచనలు. నా మనసంతా ఎంతో గుబులుగా ఉంది. ఎవరితోనూ చెప్పుకోలేని నిస్సహాయత. మీతో చెప్పినా అర్థం చేసుకుంటారా అనే సందిగ్ధత.

మన కుటుంబంలో మీరు, నేను, మీ అమ్మగారు, మనిద్దరి పిల్లలు. ఈ ముప్పై సంవత్సారాలు ఎంతో హాయిగా గడిపేసాము. పిల్లలకు కూడా పెళ్లిళ్లు అయి ఉద్యోగరీత్యా దూరంగా వెళ్లిపోయారు. ఈ మధ్య మీ అమ్మగారు కాలం చేసినప్పటినుంచీ మనిల్లెంత బోసిపోయిందో కదా... ! నాకొస్తున్న ఫీలింగ్తో మీరు కూడా తరచూ అంటూనే వుంటున్నారు. ఇంట్లో పెద్దవాళ్లంటూ కనుమరుగైతే ఆ ఇల్లు ఇల్లే కాదని. నిజమే.. ఆవిడున్నంత కాలం చూడటానికి వచ్చే బంధు మిత్రులతో ఇల్లెంతో కళకళలాడుతూ ఉండేది. పెద్దవాళ్ళు ఇంట్లో ఉన్నంత వరకే ఇప్పుడు మనింట్లో ఏ సందడీ లేకేమో నాకు పిచ్చి పిచ్చి ఆలోచనలు వస్తున్నాయి...!

మీ అమ్మ గారు ఈ మూడేళ్లు మంచంపట్టి ఎంత బాధపడ్డారో మీకూ నాకూ మాత్రమే బాగా తెలుసు. ఆవిడకి ఎలాంటి ఇబ్బందీ రాకుండా కంటికి రెప్పలా చూసుకుంటూనే వచ్చాం. ఎంతైనా ఆరోగ్యం చెడితే మన చేతుల్లో ఏం లేదు. ఎవరి బాధా మనం తీసుకునేది కాదుగా. వారి బాధ వారు అనుభవిస్తూ పోవాల్సిందే. మనకు తోచిన ఆసరా వారికిస్తూ ప్రేమగా మాట్లాడుతూ సమయానికి మందులు, ఆహారం ఇవ్వడమే ఎవరికైనా మనం చేయగల సేవ. ఇలాంటి సేవ చేసే అదృష్టం నాకు రాసున్నందుకేనేమో... ఏ ఉద్యోగం చేయకుండా హౌస్ వైఫ్ గా వున్నాను కాబట్టే... ఇంటి బాధ్యతలు సంతోషంగా చేపట్టి... మీ అమ్మగారి చివరిచూపు వరకూ ఆవిడకు తోడుగా వుండే భాగ్యం నాకే దక్కింది. అప్పట్లో అప్పుడప్పుడు కొంచెం విసుగనిపించినా... ఇప్పుడు ఆలోచిస్తే... ఆ కొంచెం మాత్రం ఎందుకు విసుకున్నానా అని నామీద నాకే చిరాకేస్తుంది. మనిషి వున్నప్పుడు కంటే... మనిషిపోయాకా ఆవిడ విలువ ఎక్కువైంది. నిజం చెప్పాలంటే మాఅమ్మ దగ్గర పెరిగిన రోజుల కంటే... పెళ్లై వచ్చాకా మీ అమ్మ గారి దగ్గరే ఎక్కువ రోజులు గడిపాను. అందుకేనేమో మీ అమ్మగార్ని అసలు మరచిలేకపోతున్నాను.

ఇప్పుడు నాకు మా అమ్మ గురించి కూడా ఆలోచనలు మనసుని ముసిరేస్తున్నాయి. దాదాపు మా అమ్మకి కూడా మీ అమ్మ గారి వయసే. అమ్మ ఒంట్లో కూడా ఏపనీ చేసుకోలేని నిస్సత్తువ వచ్చేసింది. అన్నయ్య, వదిన ఇద్దరూ ఉద్యోగాలకు పోయేవాళ్ళు. ఉదయం పోయి రాత్రయ్యేవరకు రారు. ఉన్న ఇద్దరి పిల్లల్ని హాస్టల్లో వేసి చదివిస్తున్న సంగతి మీకూ తెలుసు. మా అమ్మని ఇంటిపట్టున ఉండి కనిపెట్టుకునే మనుష్యులు ఎవరూ లేక... ఒకవేళ జీతానికి ఎవరినైనా పెట్టుకోవాలనే ఆలోచన వున్నా... ఎవరో తెలియని వ్యక్తులకి ఇల్లు అప్పగించే ధైర్యం లేక ఎటూ తేల్చుకోలేని సమస్యతో చేసేదిలేక మా అమ్మను ఓల్డేజ్ హోంలో జాయిన్ చేయాలనుకుంటున్నారట.

అన్నయ్య పరిస్థితులను బట్టి వారు హోమ్ లో జాయిన్ చేస్తే... బంధువులంతా తప్పుగా భావించి తల్లిని పట్టించుకోకుండా హోమ్లో పడేశారంటూ చెవులు కొరుక్కుంటారే గానీ ... పరిస్థితిని ఎవరూ అర్థం చేసుకోరు.

అందుకే నేనొక నిర్ణయానికొచ్చాను. ఇంట్లో నేనిప్పుడు ఖాళీగానే ఉంటున్నాను కాబట్టి.. నన్ను కన్న అమ్మకు నేనే అమ్మనై స్వయంగా నా చేతులతో ఈ చివరిరోజుల్లో అయినా సేవ చేసుకోవాలనిపిస్తుంది. తల్లి కొడుకు దగ్గరే ఉండాలని అనాదిగా ఆచరిస్తూ వస్తున్నాం. తల్లి పిల్లలెవరికైనా అమ్మే... ! ఇలాంటి పరిస్థితి వస్తే ఆ తల్లి కన్న పిల్లలెవరైనా సరే ఆమె బాధ్యత తీసుకోవడంలో తప్పులేదుగా. కొడుగ్గా అన్నయ్య అమ్మని ఈ వయసులో

చూసుకోవాల్సిన విధంగా చూసుకోలేక పోతున్నాడు గనుక కూతురుగా నేనే అమ్మను చూసుకోవాలనుకుంటున్నాను. నన్ను కనకపోయినా మీ అమ్మగార్ని కూతురుగానే చూసుకున్నాను. అలాంటప్పుడు నన్ను కని పెంచిన అమ్మని నేను చూసుకోలేకపోతే నాకీ జన్మకు అర్థం లేదు.

పెళ్లయ్యాక అత్తింటికి వచ్చేసాక... మా పుట్టింట్లో వాళ్ళకి ఎలాంటి ఇబ్బందులు వచ్చినా మనసులోనే పెట్టుకున్నాను గానీ... వాటికి పరిష్కారం చూడండని నేను మిమ్మల్ని ఏనాడూ కోరకపోవడానికి కారణం అత్తింట్లో నేను, మావాళ్ళు చులకనవ్వకూడదనే. వయసైపోతున్న మా అమ్మకు ఇప్పుడైనా నాకేదో చేయాలని మనసు కొట్టుకుంటుంది. మా అమ్మను మనింటికి తీసుకొస్తే... ఇంట్లో పెద్దవాళ్ళు ఉన్నారన్న తృప్తి మనకీ వస్తుంది.

కొడుకుని వదిలి కూతురు ఇంటికి రావడం అమ్మకి మొహమాటంగా ఉండొచ్చు. వాళ్ళు బాగా చూసుకోడం లేదనే నేను ఈ నిర్ణయం తీసుకున్నానని అన్నయ్య కూడా నన్ను అపార్థం చేసుకోవచ్చు. ఇలా ఆలోచిస్తూ పోతే... మధ్యలో

అవస్థ పడేది అమ్మే కదా.

మా అమ్మగారిని మీ అమ్మగారి స్థానంలో తీసుకెళ్తున్నా అని మీరే అమ్మకీ,

అన్నయ్యకూ నచ్చచెప్పాలి. ఇంతకీ మా అమ్మని తీసుకురావడం మీకు ఇష్టమో కాదో... మిమ్మల్ని అడగకుండానే నేనీ నిర్ణయం తీసుకున్నాను. అందుకే మీ ఎదురుగా అడగలేక... ఎంతో కూడబలుక్కుని నాకోరికను ఈఅక్షరాల్లో అల్లుతున్నాను. కాదనరు కదూ... !

మన కొడుకులు, కోడళ్లు కూడా ఉద్యోగస్థులే. రేపన్ననాడు మనకీ ఈ పరిస్థితే వస్తే... ఏమీ చేయలేక మనల్ని కూడా మన పిల్లలు హోమ్లో వేసే ఆలోచనతోనే ఉంటారన్నది నిజం. వారికి మనపై ప్రేమ లేక కాదు. పరిస్థితులు అలా చేయించవచ్చేమో... ? మన జనరేషన్‌కి ఉన్న కొంచెం పాటి ఓపిక, సహనం, ఆలోచనా కూడా మనపిల్లలకు ఉండదు. మన అవయవాలన్నీ మన స్వాధీనంలో ఉండగానే... మనతో పాటూ మన తోటి వారికి కూడా మార్గదర్శకం అయ్యేలా అన్ని సౌకర్యాలూ వుండే ఓల్డేజ్ హోంలో జాయిన్ అయిపోవాలనే మైండ్ సెట్ మనకి మనమే ఇప్పటి నుంచీ అలవాటు చేసుకుంటే... ముందు ముందు మనకీ ఎలాంటి మానసిక బాధా ఉండదేమో... ? తోటి ముసలి వారితో మంచి కాలక్షేపం కూడా. మనసుపెట్టి మీరు ఒకసారి ఆలోచించండి. దీనివల్ల ఎవరికీ ఏ విధమైన ఇబ్బందీ ఉండదనిపిస్తుంది. మీరూ నాతో ఏకీభవిస్తారు కదూ... !

ప్రస్తుతం అమ్మ విషయం ఆలోచించండి. మన పెద్దవాళ్లకు సేవ చేసే భాగ్యం మనకు దొరికినప్పుడు మనం వినియోగించుకోవాలి. మన గురించి మనం ఆలోచించడానికి ఇంకా సమయం ఉంది కాబట్టి మంచి నిర్ణయానికి వద్దాం. చాలా ఏళ్ళ తర్వాత మళ్ళీ ఉత్తరం రాసాను కదూ.... !

మీ

నేను.

www.ingramcontent.com/pod-product-compliance
Lightning Source LLC
LaVergne TN
LVHW032107041026
849518LV00010B/3034
9788196487294